त्रि-शूल

(तीन व्यक्ति तीन कथा)

कथा-संग्रह

अनिरुद्ध नंदकुमार भणंग

Email- csaniruddhbhanang@gmail.com
Youtube: https://@aniruddhbhanang

Made with ♥ on the Notion Press Platform

www.notionpress.com

अहं ब्रह्मास्मि ।

अर्पण

माझ्या प्रिय अण्णांना...

आज तुम्ही माझ्यासोबत नसला तरी,
तुमचे संस्कार, तुमचे विचार आणि तुमची आठवण
माझ्या प्रत्येक पावलासोबत आहेत.
माझ्या लेखणीला बळ देणाऱ्या,
माझ्यावर निस्सीम प्रेम करणाऱ्या
माझ्या अण्णांच्या पवित्र स्मृतीस
हा कथासंग्रह सादर अर्पण....

त्रि-शूल

गोरक्ष जालंधर चर्पटाश्च ।
अडबंग कानिफ मच्छिंद्राद्याः ।
चौरंगी रेवण च भर्तृसंज्ञा ।
भूम्यां बभूवुर्नवनाथसिद्धाः ॥

लेखकाचे मनोगत

आपल्या आजूबाजूला असंख्य माणसं वावरत असतात. वरून पाहता ती नीटनेटकी, खंबीर, धाडसी, समंजस आणि आनंदी वाटतात; पण त्यांच्या मनाच्या कुठल्यातरी कोपऱ्यात वेदनांची एक खोल जखम दडलेली असते. प्रत्येकजण आपल्या भावविश्वात रमलेला असतो.

इतरांप्रमाणेच त्यांनाही नात्यांकडून, माणसांकडून आणि आयुष्याकडून काही अपेक्षा असतात. त्या अपेक्षा अपूर्ण राहिल्या की, त्या दुःखाचं ओझं ते आयुष्यभर मनात जपत राहतात. अशाच अनेक व्यक्ती मला आयुष्याच्या प्रवासात भेटल्या. त्यांच्या भावना, वेदना, संघर्ष आणि न बोललेले शब्द यांना माझ्या परीने शब्दरूप देण्याचा हा एक छोटासा प्रयत्न आहे..

या लेखनात काही त्रुटी राहिल्या असतील, तर वाचकांनी त्या मोठ्या मनाने क्षमा कराव्यात, ही नम्र विनंती.

मला लेखनासाठी सतत प्रेरणा देणाऱ्या माझ्या पत्नी आणि आईप्रती मी मनःपूर्वक कृतज्ञता व्यक्त करतो.

आणि माझे वडील... ज्यांनी माझ्या आयुष्याला दिशा दिली, मूल्यांची शिदोरी दिली. आज ते माझ्यासोबत नसले, तरी स्वर्गातून त्यांचे आशीर्वाद कायम माझ्या पाठीशी आहेत, असा माझा दृढ विश्वास आहे. या पुस्तकातील प्रत्येक शब्द त्यांच्याप्रती अर्पण आहे.

अनिरुद्ध नंदकुमार भणंग

कथा-१

गंगाराम म्हसणजोगी

प्रकरण १

त्या दिवशी मारुतीच्या देवळात जोशीबुवांचं एकादशीचं कीर्तन रंगात आलं होतं. टाळ-मृदुंगाच्या तालावर भक्तिरसाची लहर उसळत होती. देवळात बसलेली मंडळी मंत्रमुग्ध होऊन कीर्तन ऐकत होती. कोणाच्या डोळ्यांत समाधान, तर कोणाच्या चेहऱ्यावर भक्तीचा आनंद स्पष्ट दिसत होता.

जोशीबुवा अभंग गात होते आणि त्यांच्या ओघवत्या वाणीने सगळं वातावरण भारावून गेलं होतं. देवळाच्या बाहेर पिंपळाच्या झाडाखाली बसलेली गावातली सवंग मंडळीही तेवढ्याच तन्मयतेने ऐकत होती. नेहमी थट्टा-मस्करी करणारी ती मंडळी सुद्धा त्या क्षणी शांत झाली होती. त्यांच्या चेहऱ्यावर कीर्तनाचा आनंद उमटून दिसत होता.

कीर्तनाचा रंग हळूहळू उत्कर्षाला पोहोचत होता. टाळांचा आवाज वाढत होता, मृदुंगाचा ताल जोमात येत होता आणि सगळ्या मंडळींच्या ओठांवर अभंग दाटून आला होता. वातावरणात एक वेगळीच भक्तीची ऊर्जा भरून राहिली होती.

शेवटी पखवाजावर एक जोरदार थाप पडली आणि सर्व मंडळी एकसुरात "बोला पुंडलिक वरदे हरी विठ्ठल, श्री ज्ञानदेव तुकाराम" असा गजर करू लागली. त्या गजरातच गुरूजींनी कीर्तनाची सांगता केली आणि क्षणात संपूर्ण परिसर जणू भक्तिरसात न्हाऊन निघाला.

देवळाबाहेर रात्रीची शांतता पसरत होती, पण लोकांच्या मनात मात्र कीर्तनाचे स्वर अजूनही घुमत होते. प्रत्येकाच्या चेहऱ्यावर समाधान आणि मनात विठ्ठलभक्तीची एक गोड लहर उमटली होती. गावाच्या त्या साध्या देवळातला तो क्षण सगळ्यांच्या मनात कायमचा कोरला गेला.

कीर्तनाची सांगता झाल्यावर हळूहळू लोक देवळाबाहेर पडू लागले. कुणी गुरूजींच्या पायावर डोकं टेकवत होते, तर कुणी देवाच्या समोर हात जोडून

शांतपणे उभं राहत होतं. देवळाच्या अंगणात अजूनही टाळ-मृदुंगाचे स्वर जणू हवेत तरंगत होते.

पिंपळाच्या झाडाखाली गावातली सवंग मंडळी पुन्हा एकत्र जमली. कीर्तनाचा प्रभाव अजूनही त्यांच्या चेहऱ्यावर दिसत होता. नेहमी गप्पा आणि मस्करी करणारी ती मंडळी आज थोडी शांत होती. कुणीतरी हळूच म्हणालं, "आज जोशीबुवांनी लई भारी रंगत आणली हो कीर्तनात!"

दुसरा लगेच म्हणाला,

"हो, विशेष करून तुकारामांच्या अभंगावर तर अंगावर कटाच आला"

तेवढ्यात तंबाखू चोळत बसलेला गंगाराम हसत म्हणाला,

"अगदी बरोबर बोललास! कीर्तन ऐकलं की लई झाक वाटतं, आणि दिवसभराचा शिन जणू कुठे विरघळून जातो, नाही का?

सगळे त्याच्याकडे पाहून हसले. कारण गावात गंगाराम म्हणजे एक वेगळीच व्यक्ती. कधी गंभीर, कधी विनोदी, तर कधी एखादी अशी गोष्ट सांगायचा की सगळे थक्क व्हायचे.

त्या रात्रीही पिंपळाच्या झाडाखाली गप्पांचा फड रंगणार होता. पण त्या गप्पांमध्ये आज कीर्तनाचा गोड सुगंध मिसळला होता. चंद्र आकाशात शांतपणे चमकत होता आणि गावाच्या त्या साध्या चौकात जीवनाची एक वेगळीच गोष्ट हळूहळू उलगडत होती...

"गंगाराम" म्हणजे गावातली एक विलक्षण आणि सगळ्यांच्या ओळखीची व्यक्ती. तो कुणी सरपंच नव्हता, तलाठी नव्हता किंवा ग्रामपंचायतीचा सदस्यही नव्हता. पण तरीही गावात त्याचं एक वेगळंच महत्त्व होतं. गावातल्या सवंग मंडळींच्या गप्पांना रंग चढायचा तो गंगाराममुळेच.

गंगाराम म्हणजे दुसरा तिसरा कुणी नसून एक म्हसनजोगी. अंगावर नेहमी फाटका पण स्वच्छ अंगरखा, कमरेला जुना धोतर, डोक्यावर मळकट

पागोटं आणि चेहऱ्यावर उन्हाने काळवंडलेल्या रेषा. डोळ्यांत मात्र एक वेगळीच चमक असायची-जणू त्याने जगातल्या अनेक गूढ गोष्टी पाहिल्या होत्या.

तो कधी गावच्या चावडीवर बसला की आधी निवांतपणे खिशातून तंबाखूची पुडी काढायचा. मग ती हातावर ठेवून अंगठ्याने हळूहळू चोळायचा, त्यात चुना मिसळायचा आणि मोठ्या तन्मयतेने तंबाखूचा तोबरा भरायचा. त्यानंतर एक दीर्घ उसासा टाकत तो गप्पांची मैफल सुरू करायचा, आणि मग सुरू व्हायच्या त्याच्या म्हसनातल्या गोष्टी. संध्याकाळच्या त्या निवांत वातावरणात, आणि आजूबाजूला पसरलेल्या शांततेत गंगारामचा आवाज जणू एखाद्या कथाकथनकारा सारखा घुमू लागायचा. त्याच्या गोष्टींमध्ये बहुतेक वेळा रात्रीच्या गडद अंधारात पाहिलेली भूत-प्रेतं, स्मशानातून ऐकू आलेले गूढ आवाज, चितेभोवती फिरणाऱ्या सावल्या आणि त्यांच्याशी झालेल्या त्याच्या थरारक झटापटी असायच्या.

"त्या रात्री चंद्र नव्हता... सगळीकडे काळोखच काळोख होता," असे म्हणत तो अचानक आवाज मंद करायचा. त्याच्या डोळ्यांत एक वेगळीच चमक यायची. ऐकणारे नकळत त्याच्या आणखी जवळ सरकायचे. मग तो सांगायचा की कसा एखादा पांढराशुभ्र आकृतीसारखा भास त्याला चितेजवळ दिसला, किंवा कसा एखादा अनोळखी रडण्याचा आवाज रात्रीच्या शांततेला भेदून गेला.

तो इतक्या जिवंतपणे आणि भावनेने त्या घटना रंगवून सांगायचा की ऐकणाऱ्यांना जणू ते दृश्य स्वतःच्या डोळ्यांसमोर उभे राहिल्यासारखे वाटायचे. कधी तो कुजबुजल्यासारखा हळू बोलायचा, तर कधी एखाद्या प्रसंगाच्या टोकाला पोहोचल्यावर अचानक मोठ्याने ओरडून सगळ्यांना दचकवायचा. त्याच्या त्या अनपेक्षित आवाजाने लहान मुलं तर उड्याच मारायची, तर मोठ्यांच्या अंगावरही नकळत शहारे यायचे.

गावातल्या पोरांना तर त्याच्या गोष्टींचं विलक्षण आकर्षण होतं. दिवस मावळला की त्यांची नजर गंगारामच्या शोधात असायची. भीतीने अंगावर काटा यायचा, रात्री झोपताना त्याच्या गोष्टी आठवून चादरीत डोकं लपवावंसं वाटायचं; पण तरीही दुसऱ्या दिवशी संध्याकाळी तीच पोरं पुन्हा त्याच्या भोवती जमा व्हायची. त्याच्या प्रत्येक शब्दाकडे त्यांचं लक्ष खिळलेलं असायचं. एखादा प्रसंग रंगात आला की त्यांच्या डोळ्यांत कुतूहल चमकायचं, तर एखादा भयानक वळण आलं की नकळत ते एकमेकांच्या जवळ सरकायचे.

गंगारामलाही ही पोरं फार आवडायची. त्यांच्या चेहऱ्यावर उमटणारी भीती, आश्चर्य आणि उत्सुकता पाहून तो अजूनच रंगात यायचा. कधी एखाद्या पोराला अचानक नावाने हाक मारून दचकवायचा, तर कधी गोष्टीच्या मध्यभागी काही क्षण शांत राहून सगळ्यांची उत्कंठा ताणून धरायचा. त्या क्षणी तिथे इतकी शांतता पसरायची की दूरवरच्या झाडांवर बसलेल्या रातकिड्यांचाही आवाज स्पष्ट ऐकू यायचा.

दूरून पाठक गुरुजी त्या मंडळींकडे पाहत उभे होते. पाठक गुरुजी म्हणजे गावातल्या जिल्हा परिषद शाळेचे आदर्श शिक्षक. साधं राहणीमान, शांत स्वभाव आणि डोळ्यांत कायम विद्यार्थ्यांबद्दलची काळजी. त्यांनी आपलं संपूर्ण आयुष्य गावातल्या गोर-गरीब आणि वंचित विद्यार्थ्यांच्या उन्नतीसाठी वाहून घेतलं होतं.

गावात अनेक मुलं अशी होती की ज्यांना शिक्षण परवडत नव्हतं. पण गुरुजींनी कधीच त्यांना परत पाठवलं नाही. स्वतःच्या खिशातून वह्या-पुस्तकं आणून देणं, अभ्यासात मागे असलेल्या मुलांना शाळेनंतर थांबवून शिकवणं, आणि त्यांना मोठं होण्याची स्वप्नं दाखवणं-हे त्यांचं रोजचंच काम होतं.

त्यांच्या या निस्वार्थ सेवेमुळेच महाराष्ट्र शासनाने त्यांना "आदर्श शिक्षक" पुरस्कार देऊन गौरविलं होतं. पण त्या सन्मानाचा कधीही त्यांना गर्व नव्हता. ते अजूनही तेवढ्याच साधेपणाने गावात राहायचे आणि आपल्या विद्यार्थ्यांसाठी झटायचे.

गावातल्या लहानांपासून मोठ्यांपर्यंत सर्वजण त्यांचा आदर करत. कुठे भांडण झालं, वाद झाला किंवा एखादा महत्त्वाचा निर्णय घ्यायचा झाला, की शेवटी लोक म्हणायचे-

"चल, पाठक गुरुजी काय म्हणतात ते ऐकूया."

त्या दिवशी गुरुजी दूरून पाऱ्यावर बसलेल्या त्या चौकडीकडे पाहत होते. त्यांच्या गप्पांचा आवाज त्यांच्यापर्यंत पोहोचत होता, गुरुजींच्या चेहऱ्यावर हलकंसं हसू उमटलं. कारण त्यांना माहीत होतं- गंगाराम म्हणजे पाऱ्यावर पुन्हा एकदा गोष्टींची रंगतदार मैफल रंगणार...

गुरुजींना गंगारामबद्दल त्यांच्या मनात नेहमीच एक विचित्र करुणा दाटून यायची. गावातील इतर लोक त्याच्या भूत-प्रेतांच्या गोष्टी ऐकून हसायचे, त्याच्या वेगळ्याच स्वभावाची चेष्टा करायचे, तर काहीजण त्याला अर्धवट वेडा समजून टाळायचे. पण पाठक गुरुजी मात्र त्याच्याकडे एका संवेदनशील माणसाच्या नजरेने पाहायचे. त्यांना गंगाराममध्ये केवळ एक विचित्र स्वभावाचा माणूस दिसत नसे; त्यांना त्याच्या आत खोलवर दडलेली वेदना दिसायची.

गुरुजींचा स्वभावच माणसांना समजून घेण्याचा होता. आयुष्यभर विद्यार्थ्यांमध्ये राहिल्यामुळे त्यांनी अनेक चेहरे पाहिले होते. काही चेहरे हसरे असायचे, काही रागीट; पण प्रत्येक चेहऱ्यामागे एक न सांगितलेली कहाणी दडलेली असते, याची त्यांना जाणीव होती. म्हणूनच गंगाराम जेव्हा गावाच्या पारावर बसून मोठमोठ्या गोष्टी सांगत असे, तेव्हा गुरुजी त्या गोष्टींपेक्षा त्याच्या डोळ्यांत डोकावण्याचा प्रयत्न करायचे.

गंगारामच्या चेहऱ्यावरच्या खोल रेषा, उन्हा-पावसाने रापलेली त्वचा आणि काळाच्या ओघात झिजलेलं त्याचं व्यक्तिमत्त्व खूप काही सांगून जायचं. विशेषतः त्याचे डोळे... त्या डोळ्यांत एक विचित्र पोकळी होती. जणू आयुष्याने त्याच्याकडून काहीतरी फार मौल्यवान हिरावून घेतलं होतं. तो हसत असतानाही त्या हास्यामागे एक उदास सावली कायम दिसायची. लोकांना त्याच्या गोष्टींमध्ये मनोरंजन दिसायचं; पण गुरुजींना त्या गोष्टींमध्ये एकटेपणाची हाक ऐकू यायची.

अनेकदा गंगाराम बोलता बोलता अचानक शांत व्हायचा. त्याची नजर कुठेतरी दूर क्षितिजाकडे लागून राहायची. काही क्षण तो जणू वर्तमानातून नाहीसा होऊन भूतकाळात हरवून जायचा. त्या क्षणी त्याच्या चेहऱ्यावर उमटणारी वेदना गुरुजींच्या नजरेतून कधीच सुटत नसे. त्यांना वाटायचं, या माणसाच्या आयुष्यात अशी एखादी जखम आहे, जी काळाने भरून काढण्याचा प्रयत्न केला, पण पूर्णपणे भरू शकली नाही.

म्हणूनच गंगारामच्या गोष्टींवर ते कधी हसायचे नाहीत, किंवा त्याला झिडकारायचेही नाहीत. उलट शांतपणे ऐकत बसायचे. कधी कधी त्याच्या बोलण्यातून खऱ्या आयुष्याची एखादी झलक, एखादं दु:ख किंवा एखादी विसरलेली आठवण डोकावतेय असं त्यांना वाटायचं.

गावातल्या इतरांसाठी गंगाराम हा फक्त म्हसनजोगी आणि गोष्टी सांगणारा माणूस होता; पण पाठक गुरुजींसाठी तो एक असा माणूस होता ज्याच्या आयुष्यात काहीतरी खोल रहस्य दडलेलं होतं... गुरुजी हळूहळू चालत त्याच्या जवळ आले.

“काय गंगाराम, आज कीर्तनात दिसलास.” गंगारामने डोळे बारीक करत गुरुजींकडे पाहिलं.

“गुरुजी, म्या काय पाप केल का देवाचं, नाव ना ऐकायला?”

गुरुजी हसले.

“नाही रे, देवाचं नाव ऐकायला कुणाला मनाई नाही.”

गंगाराम काही वेळ शांत बसला. मग अचानक म्हणाला-

“गुरुजी, एक इचारू का?”

“विचार.”

“माणसाचं नशीब बदलतं का?”

गुरुजी थोडावेळ विचारात पडले. त्यांच्या चेहऱ्यावर गंभीरता उमटली. त्यांनी गंगारामकडे पाहिलं आणि शांतपणे म्हणाले-

“हो... बदलतं. पण त्यासाठी प्रयत्न करावे लागतात.”

गंगाराम काही क्षण काहीच बोलला नाही. त्याने हळूहळू आकाशाकडे पाहिलं. जणू त्या विशाल आकाशातच त्याला आपल्या प्रश्नाचं उत्तर शोधायचं होतं. मग तो पुन्हा म्हणाला-

“मंग माझ्या राम्याचं नशीब बदलल का?”

गुरुजींच्या चेहऱ्यावर हलकंसं हसू उमटलं. त्यांनी प्रेमाने उत्तर दिलं-

“जर तो शिकला... तर नक्की बदलेल. शिक्षण माणसाला नवं आयुष्य देतं. आपण कुठल्या घरात जन्मलो, किती गरीब आहोत किंवा समाज आपल्याकडे कसं पाहतो, यापेक्षा आपण काय शिकतो आणि काय बनतो, हे महत्त्वाचं असतं.”

त्या साध्या वाक्याने गंगारामच्या मनात काहीतरी हललं. त्याने काही बोललं नाही, फक्त मान हलवली.

त्या रात्री मात्र गंगारामला झोप काही केल्या येईना.

स्मशानातल्या भुतांच्या गोष्टी सांगणारा तो माणूस पहिल्यांदाच आयुष्याबद्दल विचार करत होता.

आकाशात चंद्र शांतपणे चमकत होता...आणि गंगारामच्या मनात एक नवीन विचार उगवत होता-

“राम्याला शिकवायचं...”

गंगारामच्या आयुष्यात फार काही नव्हतं.

ना जमीन...

ना स्वतःचं घर...

ना माणसांची माया...

जगात त्याच्याकडे जर काही खरं होतं, तर ती एकच गोष्ट-राम्या.

दिवसभर गावात फिरणारा, चावडीवर गप्पा मारणारा आणि स्मशानातल्या गोष्टी सांगणारा गंगाराम रात्री मात्र पूर्ण वेगळा असायचा. रात्री झोपताना तो राम्याला जवळ घेऊन बसायचा. त्याच्या केसांवरून हात फिरवत तो हळू आवाजात म्हणायचा-

"राम्या, तू लई शिक... तू साहेब हो. मग आपण लई मोठं घर बांधू."

राम्या निरागस डोळ्यांनी त्याच्याकडे पाहायचा आणि हळूच विचारायचा-

"बा... आपल्या घराला खिडकी असणार का?" गंगाराम हसून म्हणायचा-

"दोन नाही... चार खिडक्या असतील." राम्या लगेच पुढचा प्रश्न विचारायचा- "आणि अंगण?" गंगारामच्या डोळ्यांत स्वप्न चमकायचं.

"लई मोठं अंगण." राम्या पुन्हा उत्साहाने विचारायचा "आणि गायी?"

गंगाराम प्रेमाने म्हणायचा "दोन गायी... आणि त्यांची वासरंही."

हे ऐकून राम्या आनंदाने खळखळून हसायचा. त्या हसण्यात गंगारामचं सगळं जग दडलेलं असायचं. त्या दोघांच्या छोट्या स्वप्नांनी त्या अंधाऱ्या रात्रीतही एक मोठा उजेड पसरलेला असायचा...

****

प्रकरण २

असाच एक प्रसंग, पाटलाचा माणूस धापा टाकत पाऱ्यावर आला. श्वास सावरत तो मोठ्याने म्हणाला “गंग्या, लेका तू इथं हाय व्हयं! म्या तुला गावात समदीकडे शोधलं बघ.” गंगाराम शांतपणे त्याच्याकडे पाहत म्हणाला “बाळया, अन तू कशाला मला धुंडाळतोस रं? काय काम काढलस?”

मग तो निवांतपणे म्हणाला “अरे बस दोन घडी... अन हे घे.” असं म्हणत त्याने खिशातून तंबाखूची चंची काढून त्याच्या पुढे धरली. गंगारामच्या तोंडातून दारूचा उग्र वास येत होता. बाळयाने नाक दाबतच ती चंची उचलली. त्यातून थोडी तंबाखू काढली, चुना न लावताच ती हातावर चोळली आणि ओठांमध्ये दाबली. आपला घाम पुसत बाळया म्हणाला “अर गंग्या, मालकाची म्हातारी गचकली हाय. मालकाने तुला घेऊन यायला मला धाडलं. चल उठ... लई येळ झाली. मालक खवळत्याल.” “म्हातारी गेली” हे ऐकताच गंगाराम अचानक हसत सुटला.

बाळया चकित होऊन म्हणाला “अर म्हातारी गेली तर तुला कशाचा आनंद रं?” गंगाराम हसतच म्हणाला “बाळया, म्हातारी लई बेरकी... लई कडक... लई हुशार बघ. कालच भेटली होती. तिला म्हटलं बरं- ‘थोडी दक्षिणा दे म्हातारे.’ तर तिनं हातातली काठी दाखवत मला वाड्याबाहेर काढलं.” बाळया उत्सुकतेने विचारू लागला “मंग काय झालं?”

गंगाराम डोळे बारीक करत म्हणाला “मंग काय... मी तिला म्हटलं- ‘म्हातारे, तूच येशील म्हसनावर काही दिवसात.’ ...आणि बघ, आता कुठं जाणार!” हे ऐकताच बाळयाच्या अंगावर अक्षरशः घाम फुटला. कारण गंगाराम त्या वेळी दारूच्या नशेत चांगलाच तर्र होता. अशा

अवस्थेत त्याला घेऊन जाणं म्हणजे एकट्या बाळयाच्या आवाक्याबाहेरचं काम होतं.

म्हणून तो थोडा दूर सरकत म्हणाला "गंग्या, तू जा पुढं... म्या येतो लोकसणी घेऊन." असं म्हणत बाळयाने तिथून अक्षरशः पळ काढला... बाळया पळत निघून गेला आणि पाऱ्यावर क्षणभर शांतता पसरली.

गंगाराम मात्र तिथेच बसून राहिला. डोळे अर्धे मिटलेले, हातात काठी, आणि चेहऱ्यावर एक विचित्र हसू. थोड्या वेळाने तो उठला. अंगावरील धूळ झटकली, काठी खांद्यावर टाकली आणि वाड्याकडे चालू लागला. त्याची चाल थोडी डुगडुगत होती-दारूच्या नशेमुळे की विचारांच्या ओझ्यामुळे, ते कळत नव्हतं. गावाच्या रस्त्यावरून तो चालत होता. काही लोक त्याच्याकडे पाहून कुजबुजत होते. "गंगाराम चाललाय पाटलाच्या वाड्यावर..."

"म्हातारी गेली म्हणे..." पाटलाचा वाडा गावात सगळ्यात मोठा होता. मोठं लाकडी दार, उंच भिंती आणि अंगणात माणसांची गर्दी. वाड्याबाहेर गावकरी जमले होते. आतून रडण्याचा आवाज येत होता.

गंगाराम दरवाज्याजवळ पोहोचला तेव्हा काही जणांनी त्याच्याकडे तुच्छतेने पाहिलं. "अरे हा कशाला आलाय इथं?" "म्हसनजोगी आहे... त्यालाच बोलावलं असेल." गंगाराम काही बोलला नाही. तो शांतपणे आत गेला.

अंगणाच्या मध्यभागी चटई टाकून पाटलाची म्हातारी ठेवली होती. आजूबाजूला स्त्रिया रडत बसल्या होत्या. पाटील स्वतः गंभीर चेहऱ्याने उभे होते. गंगाराम काही क्षण तिच्याकडे पाहत राहिला. त्याच्या चेहऱ्यावरचं हसू आता गायब झालं होतं. तो हळू आवाजात म्हणाला "कालच भेटली होती... आणि आज गेली." पाटील त्याच्याकडे वळून म्हणाले "गंगाराम, तयारी कर. लवकर म्हसनावर न्यायचं आहे."

गंगारामने शांतपणे मान हलवली. त्या क्षणी त्याच्या मनात एक वेगळाच विचार चमकून गेला "माणसाचं आयुष्य किती क्षणभंगुर असतं..." कालपर्यंत काठी घेऊन त्याला हाकलणारी म्हातारी.. आज शांतपणे तिथे पडली होती.

गावातल्या गोंधळात, रडण्यात आणि कुजबुजीत गंगाराम मात्र पुन्हा एकदा म्हसनाच्या वाटेवर निघायला तयार होत होता...

गावातून निघालेली अंत्ययात्रा हळूहळू म्हसनाच्या वाटेने पुढे सरकत होती. आकाशात संध्याकाळचे रंग पसरले होते. सूर्य मावळतीकडे झुकला होता आणि वातावरणात एक विचित्र शांतता दाटून आली होती. गंगाराम पुढे चालत होता. हातात काठी, खांद्यावर जुनी कापडी पिशवी. त्याच्या चेहऱ्यावर नेहमीसारखीच गंभीर छाया होती. म्हसनाच्या जवळ पोहोचताच झाडांच्या फांद्या वाऱ्याने हलू लागल्या. कोरडी पानं सळसळू लागली. दूर कुठेतरी घुबडाचा आवाज घुमला. काही गावकरी नकळत घाबरून एकमेकांकडे पाहू लागले. गंगाराम मात्र शांत होता. म्हसन त्याच्यासाठी नवीन नव्हतं. त्या जागेतील प्रत्येक झाड, प्रत्येक वाट, प्रत्येक दगड त्याला ओळखीचा होता. थोड्याच वेळात चिता रचली गेली. लाकडं नीट लावली गेली आणि म्हातारीला हळूहळू त्या चितेवर ठेवण्यात आलं. पाटलाने पुढे येऊन अग्नी दिला. क्षणात लाकडं पेटली. आगीच्या ज्वाला वर उसळू लागल्या. धुराचे काळे ढग आकाशात मिसळू लागले. सगळे लोक थोडं अंतर ठेवून शांतपणे उभे होते. कोणी बोलत नव्हतं. गंगाराम मात्र चितेजवळ उभा राहून आगीकडे एकटक पाहत होता. अचानक त्याने हलक्या आवाजात म्हटलं "जगात सगळ्याचं शेवट इथंच येतो..." त्याच्या आवाजात अनुभव होता... आणि एक खोल थकवा देखील. रात्र हळूहळू गडद होत होती.

लोक एकामागून एक गावाकडे परतू लागले. थोड्याच वेळात म्हसनावर फक्त दोनच जण उरले, गंगाराम... आणि जळणारी चिता. वाऱ्याचा एक जोराचा झोत आला. जळत्या लाकडाचा तुकडा खाली पडला. गंगाराम पुढे जाऊन तो पुन्हा चितेत ढकलू लागला. तेवढ्यात... म्हसनाच्या मागच्या झाडीत काहीतरी हलल्याचा आवाज आला. गंगाराम क्षणभर थांबला. त्याने हळूच डोळे उचलून त्या दिशेने पाहिलं. रात्रीच्या काळोखात झाडांच्या सावल्या हलत होत्या... आणि त्या सावल्यांमध्ये जणू कोणीतरी उभं होतं. गंगारामच्या चेहऱ्यावर हलकंसं स्मित उमटलं.

तो शांतपणे म्हणाला-

"कोण आहे रे तिकडं...?

माणूस... की माझ्या गोष्टीतलं एखादं भूत...?"

म्हसनावर पुन्हा एकदा गूढ शांतता पसरली...वाऱ्याने झाडांची पानं हलत होती आणि जळणाऱ्या चितेचा धूर आकाशात विरत होता. गंगाराम त्या दिशेने काही क्षण एकटक पाहत राहिला. मग तो हलकंसं हसला आणि स्वतःशीच पुटपुटला- "अरे... घाबरू नकोस. इथं रोजच येतो मी."

झाडांच्या सावल्यांमधून हळूहळू एक लहानसा आकृती पुढे आली. चंद्रप्रकाशात चेहरा दिसू लागला... तो राम्या होता. गंगाराम दचकला. तो लगेच पुढे गेला आणि थोड्या रागाने म्हणाला, "अरे राम्या! तू इथं काय करतोस? म्हसनावर रात्री येतात का कुणी?" राम्या शांतपणे उभा राहिला.

त्याच्या डोळ्यांत भीती नव्हती... फक्त काळजी होती. तो हळू आवाजात म्हणाला "बा... तू अजून घरी आला नाहीस म्हणून आलो."

गंगाराम काही क्षण गप्प राहिला. मग त्याने मुलाच्या डोक्यावर हात ठेवला. चिता अजूनही पेटत होती. त्या उजेडात बाप-लेक दोघांचे चेहरे चमकत होते.

राम्या पुन्हा म्हणाला "बा... तू म्हणाला होतास ना... मी शिकणार." गंगारामच्या डोळ्यांत पाणी तरारलं. तो हळू आवाजात म्हणाला "हो रे... तू शिकणार. लई शिकणार." राम्या आकाशाकडे पाहत म्हणाला "मग आपण मोठं घर बांधू ना?" गंगाराम हलकंसं हसला.

"हो... चार खिडक्या असलेलं."

राम्या म्हणाला-

"आणि मोठं अंगण."

"हो... लई मोठं अंगण."

रात्र अधिक गडद होत चालली होती. म्हसनावरची चिता हळूहळू शांत होत होती. गंगारामने राम्याचा हात धरला. दोघेही हळूहळू गावाच्या दिशेने चालू लागले. त्या अंधाऱ्या वाटेवर चालताना गंगारामच्या मनात पहिल्यांदाच एक नवीन आशेचा दिवा पेटला होता... राम्याच्या शिक्षणाचा. तसा गंगाराम स्वतःही अनाथच होता. गोदावरीच्या काठी, जणू कर्णासारखा, कुणीतरी त्याला जन्मल्यानंतर सोडून दिलं होतं. ते छोटंसं बाळ एका म्हसनजोग्याला सापडलं. त्याने खूप प्रयत्न केले त्या बाळाची आई शोधण्याचे. गावोगावी चौकशी केली, लोकांना विचारलं; पण त्या बाळाला स्वीकारायला कोणीच तयार नव्हतं. कारण लोकांच्या नजरेत ते "पापाचं बाळ" होतं. त्या म्हसनजोग्यालाही स्वतःची मुलं नव्हती. शेवटी त्यानेच त्या बाळाचा स्वीकार केला. त्याला आपल्या घरी आणलं, वाढवलं... आणि त्याचं नाव ठेवलं - "गंगाराम." म्हसनजोगी जे काम करायचा, तेच काम हळूहळू गंगारामही शिकत गेला. म्हसनावर जाणं, चिता तयार करणं, अंत्यसंस्काराची कामं करणं-हे सगळं त्याच्या आयुष्याचा भाग बनलं.

काळ पुढे सरकत गेला.

गंगाराम मोठा झाला.

नंतर त्याचं लग्नही झालं.

त्याच्या आयुष्यात जणू थोडासा आनंद आला.

पण तो आनंद फार काळ टिकला नाही. राम्याला जन्म देऊन त्याची बायको काही दिवसांतच गचकली. त्या दिवसानंतर गंगाराम पुन्हा एकदा एकटा झाला. लोकांनी त्याला दुसरं लग्न करण्याचा सल्ला दिला. त्यानेही काही प्रयत्न केले... पण कुठेच जमलं नाही. शेवटी त्याने दुसऱ्या लग्नाचा नाद कायमचा सोडून दिला. गंगारामकडे तसं काहीच नव्हतं-

ना जमीन,

ना घर,

ना कुणाची साथ.

तो गावाबाहेरच्या म्हसनवट्याजवळ असलेल्या एका छोट्या झोपडीत आपल्या मुलासोबत राम्यासोबत राहत होता. त्या झोपडीत फार काही नव्हतं, पण त्या दोन माणसांचं एक छोटं जग तिथे वसलेलं होतं....मला आजही स्पष्ट आठवतं...पहाटे रामपऱ्यात वासुदेव येऊन गेला की काही वेळाने आमच्या दारासमोर घंटीचा एक वेगळाच आवाज ऐकू यायचा आणि तो आवाज आला म्हणजे आम्हाला लगेच कळायचं- गंगाराम म्हसनजोगी आला. त्याला पाहण्याची आम्हाला फार कुतूहल वाटायची...

पण तेवढीच भीतीही वाटायची. गंगारामचा अवतारच असा होता की, त्याच्याकडे पाहिलं की मनात एकाच वेळी कुतूहलही निर्माण व्हायचं आणि अंगावर काटाही यायचा. त्याचा पोशाख काही वेगळाच असायचा.

हातात पत्र्याची मोठी घंटा,

अंगात काळ्या रंगाचा विचित्र शर्ट,

कंबरेला आखूड, मळकट धोतर,

चेहऱ्यावर काळे पट्टे,

खांद्यावर जुन्या धोतराची झोळी,

आणि दुसऱ्या हातात माणसाची कवटी.

लहानपणी आम्ही त्या कवटीला "भुताची कवटी" म्हणायचो.

आईकडून आम्ही अजून एक गोष्ट ऐकली होती. ती म्हणायची की गंगारामच्या त्या झोळीत "भागुबाई" आहे, जादूटोणा करण्यासाठी वापरतात तशी एक लहान भावली. आई सांगायची "शाळेतली पोरं जर म्हसनाकडे एकटी गेली, तर ती भागुबाई त्यांना पकडून ठेवते." हे ऐकून आम्ही सगळे अक्षरशः घाबरून जायचो. म्हणूनच आमच्या लहानपणी म्हसनाकडे एकटं जाण्याची हिंमत कधीच झाली नाही. गंगाराम आमच्या दारासमोर उभा राहायचा...घंटी हलकेच वाजवायचा...आणि त्या आवाजात एक विचित्र गूढपणा असायचा.

आम्ही घराच्या दाराआडून त्याच्याकडे डोकावून पाहायचो कुतूहलाने...आणि थोड्याशा भीतीने.

वर्षे सरत गेली...

बालपण मागे राहिलं...

आणि आयुष्याच्या धावपळीत त्या जुन्या आठवणी कुठेतरी मनाच्या कोपऱ्यात दडून बसल्या. मी मोठा झालो... गाव सोडलं... शिक्षण, नोकरी, संसार या सगळ्यात आयुष्य पुढे चालत राहिलं.

पण कधी कधी रात्री उशिरा, एखाद्या शांत क्षणी, त्या जुन्या गावाची आठवण मनात डोकावते आणि त्या आठवणींसोबत एक आवाजही कानात घुमतो पत्र्याच्या त्या मोठ्या घंटीचा आवाज... आणि डोळ्यासमोर उभा राहतो-

गंगाराम म्हसनजोगी.

कुतूहल आणि भीती यांचं विचित्र मिश्रण असलेला तो अवतार पण मोठं झाल्यावर मला एक गोष्ट समजली ज्याच्यापासून आम्ही लहानपणी घाबरत होतो, तो माणूस खरं तर फार मोठ्या मनाचा होता. गावाने ज्याला तुच्छतेने पाहिलं ज्याची थट्टा केली तोच माणूस आपल्या मुलासाठी मोठी स्वप्नं पाहत होता. राम्या शिकावा... मोठा व्हावा... साहेब व्हावा...

लहान राम्या तसा गंगारामसारखाच थोडा विचित्र स्वभावाचा होता. तो आमच्यासोबत खेळायला आला की त्याचीच दादागिरी चालायची. कारण त्याच्याकडे एक मोठं अस्त्र असायचं-भागुबाईची धमकी.

तो म्हणायचा, "माझं ऐकलं नाहीत तर भागुबाईला सांगतो."

मग खेळ त्याच्या मर्जीनेच चालायचा. कोणता खेळ खेळायचा, कोण जिंकणार, कोण हरणार-हे सगळं तोच ठरवायचा. आणि त्याच्या नियमांप्रमाणे पाहिलं तर शेवटी तोच जिंकलेला असायचा.

म्हणून आम्ही बाकीची मुलं त्याच्यापासून थोडी सावधच असायचो. आणि शक्यतो घरात बसून खेळायचे खेळ खेळत असू, म्हणजे राम्याची दादागिरी टळायची. अशीच एक सकाळची वेळ...

घरासमोर सडा टाकलेला, अंगण झाडून झालेलं, घर सारवायची तयारी सुरू.

गोठ्यातून गायींचा हंबरडा ऐकू येत होता. छपरावर बसलेल्या चिमण्या चिवचिवाट करत होत्या. आमची शाळेत जाण्याची नेहमीची लगबग सुरू होती-कोणी पाटी घेत होतं, कोणी पुस्तकं शोधत होतं, तर कोणी आईच्या मागे लागून डबा मागत होतं. त्याच दिवसांत आमच्या गावात नवीन मास्तर आले होते. त्यांनी आमच्या घराच्या बाजूच्या घरात एक छोटी खोली भाड्याने घेतली होती. त्या सकाळी ते शाळेत जाण्यासाठी पुस्तकं हातात घेऊन घराला कडी लावत होते. तेवढ्यात त्यांच्या नजरेस एक दृश्य पडलं-गंगाराम आणि त्याच्या मागे चालत असलेला राम्या. गंगाराम हातात नेहमीसारखी घंटा आणि झोळी घेऊन निवांत चालत होता, आणि राम्या

त्याच्या मागे छोट्या पावलांनी चालत होता. नवीन मास्तर क्षणभर थांबले. त्यांनी त्या दोघांकडे कुतूहलाने पाहिलं...आणि मग गंगारामला हाक मारत विचारलं- "अरे गंगाराम, हा तुझा मुलगा का?" गंगाराम थांबला... त्याने राम्याकडे पाहिलं...

"काय रे, तू शाळेत जात नाहीस?"

"शाळा" हे शब्द कानावर पडताच गंगाराम एकदम चमकला. त्याने लगेच राम्याचा हात घट्ट पकडला आणि घाईघाईने म्हणाला-

"राम्या, चल बिगी-बिगी... लई घर राहिलीयात. काही भेटलं नाही न, तर उपाशी राहावं लागेल... समजलं का?"

राम्या काही बोलला नाही. तो शांतपणे गंगारामच्या मागे चालू लागला. गंगारामने मात्र वळून त्या नवीन मास्तरांकडे एक रागीट कटाक्ष टाकला. तो थोडा पुढे सरसावला आणि म्हणाला- "नवीन गुरुजी वाटतं... मला ओळखलं नाही वाटत?" मग त्याने हातातली कवटी पुढे केली. काहीतरी गूढ मंत्र पुटपुटत तो मास्तरांसमोर फुंकर मारू लागला. मास्तर क्षणभर गोंधळून गेले. गंगाराम थोडा हसला आणि म्हणाला "नवीन हायेत म्हणून सोडून देतो... नाही तर..." तो वाक्य तसंच अर्धवट सोडून गंगारामने राम्याचा हात धरला आणि तिथून निघून गेला. मास्तर मात्र तिथेच उभे राहिले.

त्यांच्या मनात एकच प्रश्न घोळत होता "या मुलाचं काय होणार?"

कारण त्यांना राम्याच्या डोळ्यांत काहीतरी वेगळं दिसलं होतं एक निरागसपणा... आणि दडलेली बुद्धिमत्ता. गंगाराम राम्याचा हात धरून निघून गेला. मास्तर मात्र बराच वेळ तिथेच उभे राहिले. गंगाराम आणि राम्या दिसेनासे होईपर्यंत ते त्या दिशेकडे एकटक पाहत राहिले. जणू त्यांच्या मनात एखादा विचार घर करून बसला होता. हे मास्तर मात्र इतर मास्तरांसारखे नव्हते. त्यांची शिकवण्याची पद्धत वेगळीच होती.

ते मुलांना फक्त पुस्तकातील धडे शिकवत नसत, तर गोष्टी, उदाहरणं आणि खेळांमधून शिकवायचे. म्हणून काही दिवसांतच ते मुलांचे लाडके मास्तर बनले. ज्या मुलांना अभ्यास जड जायचा, त्यांच्यासाठी मास्तरांनी एक वेगळीच सोय केली होती. संध्याकाळी ते स्वतःच्या खोलीत मोफत शिकवणी घ्यायचे. हळूहळू गावात चर्चा सुरू झाली "नवीन मास्तर भारी शिकवतात म्हणे!" आणि पाहता पाहता त्यांची कीर्ती पंचक्रोशीत पोहोचली. पण मास्तरांचा खरा अट्टहास वेगळाच होता. त्यांना वाटायचं "शिक्षण हे फक्त श्रीमंतांच्या मुलांसाठी नसतं...तळागाळातील मुलांनाही ते मिळालंच पाहिजे." त्या साठी ते स्वतः घरोघरी जाऊन आई-बापांना शिक्षणाचं महत्त्व समजावून सांगायचे. काही जण त्यांचं ऐकायचे, काही जण टाळायचे, पण मास्तरांनी हार कधी मानली नाही. असं करत करत आमच्या गावात बदल दिसू लागला. पूर्वी आमची शाळा फक्त चौथीपर्यंत होती.

पण मास्तरांच्या प्रयत्नांनी आणि पाठपुराव्यामुळे ती पुढे सातवीपर्यंत झाली.

त्या काळात शासनाने मुलांसाठी मध्यान्ह भोजन योजना सुरू केली. आता शाळेतच सगळ्या मुलांना दुपारी गरमागरम खिचडी मिळू लागली. त्या कारणाने का होईना, पण मुलांची पावलं शाळेकडे वळू लागली. मास्तरांना मात्र एका मुलाचीच आठवण वारंवार येत असे-

राम्या.

अशीच एक दुपार होती शाळा सुटलेली होती. शाळेच्या कार्यालयात तीन–चार शिक्षक काही कागदपत्रांचं काम करत बसले होते. तेवढ्यात दाराबाहेरून कोणीतरी डोकावून पाहत होतं. एका शिक्षकाच्या नजरेत ते आलं. त्यांनी हाताने इशारा करत विचारलं- "कोण आहे रे बाहेर?" क्षणातच एक बारीकसारीक मुलगा आत आला. तो म्हणजे राम्या. सर्व

शिक्षकांची नजर त्याच्यावर खिळली. त्यातल्या एका शिक्षकाने विचारलं "कोणाचा रे तू? आणि असं डोकावून काय शोधतो आहेस?" राम्या थोडा गोंधळला.

डोळे खाली करत म्हणाला "म्या राम्या... गंगाराम म्हसनजोग्याचा. अन म्या त्या गुरुजिस्न पाहतो हाई."

"कोणते गुरुजी?"

राम्या म्हणाला-

"त्ये... मिक्षावाले."

सगळे शिक्षक हसू लागले.

एक शिक्षक हसत म्हणाला "अरे बाबा, इथं सगळयांनाच मिश्या आहेत. त्या गुरुजीचं काही नाव आहे का?" राम्या थोडा विचार करून म्हणाला- "त्ये... बामनाच्या वाड्यात नाही का राहत!" ते ऐकून एका शिक्षकाने आठवत म्हणाले "अच्छा... पाठक गुरुजी होय का?" राम्याने मान हलवली. "आज ते शाळेत आले नाहीत. असं कर, उद्या ये. नाहीतर त्यांच्या घरी जाऊन भेट." पण पुढचं वाक्य राम्याच्या नीट कानावर पडलंच नाही.

तो तसाच सरळ पाठक गुरुजींच्या घरी गेला. गुरुजी ओसरीवर बसले होते. राम्या दारात उभा राहिला. गुरुजींनी कुतूहलाने त्याच्याकडे पाहिलं. तेवढ्यात मागून गंगाराम आत आला. तो सरळ ओसरीवर जाऊन बसला. खिशातून तंबाखू काढत त्याने तंबाखूची गोळी ओठात ठेवली आणि म्हणाला "मास्तर... त्या दिवसा पासून म्या लई विचार केला. नंतर पोराला बी इचारलं. पोरगं बी शाळेत जायच म्हणतंय. तर कधीपासून शाळेत पाठू?" गुरुजींनी राम्याकडे पाहिलं. हसत विचारलं-

“काय राम्या, शाळेत येणार का?” राम्या पटकन म्हणाला “व्हयं गुरुजी... मला बी शाळेत यायचं.” “कशासाठी?” राम्या निरागसपणे म्हणाला “ते बा म्हणतो... शाळेत लई भारी ज्यावण भेटतं.”

गुरुजी हसले.

“अच्छा... म्हणजे तुला फक्त जेवणासाठी शाळेत यायचं आहे?” तेवढ्यात गंगाराम मध्येच म्हणाला “मंग शाळेत जाऊन त्यो करणार काय? माझ्यासारखा म्हसणातच राहायचं त्याला.” गुरुजी थोडे गंभीर झाले. ते म्हणाले “म्हसणात का राहायचं? शिकला तर साहेब बनेल. आणि तुझ्यासाठी पाटलाच्या वाड्यासारखा मोठा वाडा बांधेल.”

हे ऐकून गंगारामचे डोळे चमकले. तो आश्चर्याने म्हणाला मंजे... राम्या साहेब बनू शकतो शिकल्यावर? अन माझ्यासाठी पाटलाएवढं घर बी?” गुरुजी हसत म्हणाले “हो गंगाराम. अशी खूप मुलं आहेत जी शिकून मोठे साहेब झालेत. आज त्यांच्या कडे मोठी घरं, गाड्या, नोकर–चाकर सगळं आहे. या जगात अशक्य काहीच नाही... फक्त जिद्द हवी.” गंगाराम काही क्षण शांत बसला. मग तो अचानक हसत उठला. राम्याच्या डोक्यावर हात ठेवत म्हणाला “गुरुजी... आजपासून राम्या तुमच्या ताब्यात.” असं म्हणत तो ओसरीवरून खाली उतरला आणि हसत हसत घराबाहेर निघून गेला. राम्या मात्र तिथेच उभा होता... नव्या आयुष्याच्या दारात. दुसऱ्या दिवशी सकाळ.

गाव अजून पूर्ण जागं झालं नव्हतं. कोंबड्यांचा आरव सुरू झाला होता. कुठे कुठे घरासमोर सडा पडत होता, आणि ओल्या मातीचा गंध हवेत दरवळत होता. गंगारामच्या झोपडीसमोर राम्या उभा होता. आज तो जरा वेगळाच दिसत होता. अंगात थोडा मोठाच पण स्वच्छ फाटका शर्ट, कंबराला दोरीने बांधलेलं धोतराचं अर्धं कापड, आणि खांद्यावर जुन्या कापडाची छोटी पिशवी. त्या पिशवीत गुरुजींनी दिलेली पाटी आणि खडू

होती. गंगाराम त्याच्याकडे पाहत होता. त्याच्या डोळयांत आज वेगळीच चमक होती. तो राम्याच्या डोक्यावर हात फिरवत म्हणाला “राम्या... नीट शिक बरं का. माझ्यासारखा होऊ नको.” राम्या काहीच बोलला नाही.

तो फक्त हसला. थोड्या वेळाने दोघेही शाळेकडे निघाले. शाळेच्या आवारात पोहोचताच मुलांचा गोंगाट ऐकू येत होता. कोणी पळत होतं... कोणी झाडाखाली बसून गप्पा मारत होतं. गंगाराम थोडा थांबला. शाळेच्या इमारतीकडे पाहत तो जरा संकोचला. मग हळू आवाजात म्हणाला “राम्या... जा आत. गुरुजी आहेत.” राम्या धाडस करून आत गेला. वर्गात पाठक गुरुजी उभे होते. त्यांनी राम्याला पाहिलं आणि हसले. “अरे राम्या! आला का?”

राम्या मान हलवत म्हणाला-

“व्हय गुरुजी.”

गुरुजींनी त्याला वर्गातल्या मुलांसमोर उभं केलं.

“ऐका रे मुलांनो... हा राम्या. आजपासून हा आपल्याबरोबर शिकणार.” काही मुलं त्याच्याकडे कुतूहलाने पाहत होती, काही कुजबुजत होती “अरे हा गंगाराम म्हसनजोग्याचा पोरगा आहे!” पण गुरुजींनी ते ऐकलं. ते थोडे गंभीर झाले आणि म्हणाले “लक्षात ठेवा शाळेत कोण मोठा, कोण लहान नसतो. इथे सगळे फक्त विद्यार्थी असतात.” वर्गात शांतता पसरली. गुरुजींनी राम्याला पुढे बसवलं. राम्याने पहिल्यांदा पाटीवर खडू धरला. त्याने थरथरत्या हाताने पहिलं अक्षर लिहिलं “अ”

त्या छोट्या अक्षराने राम्याच्या आयुष्याचा नवा अध्याय सुरू झाला आणि वर्गाच्या दाराबाहेर गंगाराम अजूनही उभा होता. तो शांतपणे ते सगळं पाहत होता. त्याच्या डोळयांत पाणी होतं पण ओठांवर मात्र गर्वाचं हसू होतं. गावात मात्र लोक गंगारामकडे अजूनही तुच्छतेनेच पाहत चावडीवर

बसलेली मंडळी अनेकदा थट्टा करायची कोणी हसत म्हणायचं "अरे गंगारामचं पोर शिकणार म्हणे!" दुसरा लगेच टोमणा मारायचा "म्हसणजोग्याचं पोर साहेब होणार म्हणे!" आणि त्या वाक्यावर सगळे मोठ्याने हसायचे. त्या हसण्यात उपहास होता, तुच्छता होती आणि गरीब माणसाच्या स्वप्नांची खिल्ली उडवणारा अहंकार होता. गंगाराम मात्र काही बोलत नसे. तो फक्त शांतपणे ते सगळं ऐकून घ्यायचा. कदाचित त्याला माहीत होतं-गरीब माणसाची स्वप्नं लोकांना नेहमी विनोदासारखीच वाटतात. पण पाठक गुरुजींना मात्र त्या हसण्याचा फार राग यायचा. त्यांना वाटायचं की एखाद्या माणसाच्या स्वप्नांची थट्टा करणं ही सर्वात मोठी चूक आहे. "माणूस त्याच्या जन्माने मोठा होत नाही...

तो त्याच्या शिक्षणाने आणि कर्माने मोठा होतो." गुरुजींच्या त्या शब्दांमध्ये इतका आत्मविश्वास होता की काही क्षणांसाठी चावडीवर पूर्ण शांतता पसरली.

कोणी काही बोललं नाही. पण तरीही गावकऱ्यांच्या मनातला जुना अहंकार आणि भेदभाव तसाच दडून राहिला आणि गंगाराम मात्र आपल्या छोट्या स्वप्नाला धरून शांतपणे पुढे चालत राहिला. राम्या खरोखरच अभ्यासात मन लावून शिकू लागला. शाळा सुटली की तो कधी गुरुजींकडे बसून अभ्यास करायचा, तर कधी घरी जाऊन बापाला कामात मदत करायचा. दिवसा शाळा आणि संध्याकाळी बापाबरोबर गावात फेरफटका. गंगारामला जिथे जिथे जावं लागे, तिथे राम्या त्याच्या सोबत असायचा. पण हातात पुस्तक असायचंच. कधी कधी गंगाराम त्याला म्हणायचा "अरे राम्या, बस आता... लई अभ्यास करू नको." तेव्हा राम्या हसत म्हणायचा "बा, गुरुजी म्हणतात शिकल्यावर साहेब होता येतं." हे ऐकून गंगाराम शांत व्हायचा. काळ पुढे सरकत गेला. राम्याच्या मेहनतीचं फळ लवकरच दिसू लागलं. सातवीच्या बोर्डाच्या परीक्षेत राम्याने संपूर्ण तालुक्यात नंबर मिळवला. गावात एकच चर्चा सुरू झाली "गंगाराम

म्हसनजोग्याचा पोरगा तालुक्यात पहिला आला म्हणे!" ज्या लोकांनी कधीकाळी त्याची थट्टा केली होती, तेच लोक आता आश्चर्याने त्याच्याकडे पाहू लागले. पुढच्या शिक्षणासाठी मात्र राम्याला जिल्ह्याच्या ठिकाणी जावं लागणार होतं. गावातल्या लोकांनी आपापल्या परीने मदत केली. कुणी दहा रुपये दिले, कुणी वीस...

तर कुणी त्याला पुस्तके आणून दिली. वर्गणी गोळा करून गावकऱ्यांनी राम्याला जिल्ह्यात शिक्षणासाठी पाठवलं. राम्यालाही पुढे शिक्षणासाठी शिष्यवृत्ती मिळाली. गंगारामला जरी फारसं काही समजत नसलं, तरी त्याला एवढं कळत होतं की "माझा राम्या मोठा होणार."

तो जेव्हा गावात फिरून काही पैसे मिळवायचा, तेव्हा त्यातून थोडे थोडे पैसे वेगळे काढून ठेवायचा. महिन्याच्या शेवटी ते पैसे तो कोणाच्या तरी हातून राम्याकडे जिल्ह्यात पाठवत असे. त्या पैशात फार काही नसतं पण त्यात एका बापाचं प्रेम आणि आशा दडलेली असायची आणि दूर जिल्ह्यात बसलेला राम्या प्रत्येक पत्रात एकच लिहायचा-

"बा, म्या लई शिकतोय... तुमचं स्वप्न खरं करणार."

जिल्ह्यात गेल्यावर राम्याचं आयुष्य खरंच खूप कठीण झालं. गावातल्या मोकळ्या हवेत वाढलेला राम्या आता मोठ्या शहरातल्या गर्दीत हरवून गेला होता. दिवसा कॉलेज, रात्री हॉटेलात काम, सकाळी लवकर उठून पाणी भरायचं, नंतर कॉलेजला जायचं. संध्याकाळ झाली की सरळ हॉटेलात. तिथे कधी भांडी घासायची, कधी टेबल पुसायची, कधी ग्राहकांना पाणी द्यायचं. रात्र उशिरा खोलीत परतल्यावर तो थकून भागून पुस्तक उघडायचा. कधी कधी इतका थकवा असायचा की पुस्तक हातात घेतल्यावरच डोळे मिटायचे.

अनेकदा असे दिवस यायचे की पोट भरून जेवणही मिळायचं नाही. भूक लागून पोटात दुखायचं. पण अशा वेळी राम्या एकच गोष्ट आठवायचा- बापाचं स्वप्न. म्हसणवट्ट्याजवळची ती छोटी झोपडी आणि गंगारामचा विश्वास. राम्या स्वतःशीच हळू आवाजात म्हणायचा "म्या साहेब होणार." आणि मग तो पुन्हा पुस्तक उघडायचा. कारण त्याला माहिती होतं हीच वाट त्याला त्या स्वप्नापर्यंत घेऊन जाणार होती. गावात मात्र गंगाराम रोज एकच गोष्ट सांगत फिरायचा "माझा राम्या साहेब होणार." चावडीवर बसलेली मंडळी कधी त्याच्याकडे पाहून हसायची, कधी टोमणे मारायची. कोणी म्हणायचं "अरे गंग्या, म्हसनजोग्याच पोर साहेब होणार म्हणे!" दुसरा लगेच चेष्टेने म्हणायचा "आधी त्याला दोन वेळचं जेवण मिळू दे." सगळे हसायचे. पण गंगारामला त्या हसण्याचं काहीच वाटत नसे. तो शांतपणे तंबाखू चोळायचा, आणि छाती फुगवत म्हणायचा "हसा हसा... पण लक्षात ठेवा, माझा राम्या साहेब होणार." कधी कधी तर तो अभिमानाने अजूनही पुढे म्हणायचा "पाटलाच्या वाड्याहून मोठं घर बांधणार माझा राम्या." लोक पुन्हा हसायचे. पण गंगारामच्या डोळ्यांत मात्र एक वेगळाच विश्वास दिसायचा. तो विश्वास होता- आपल्या मुलावर आणि त्या विश्वासावरच तो रोज जगत होता. एकदा सुट्ट्यांमध्ये राम्या गावाकडे आला होता. तो गावातून जात असताना पाटलाच्या वाड्यासमोरून गेला. राम्याला पाहताच पाटलाने त्याला आवाज दिला- "अरे राम्या, इकडे ये." राम्या थोडा संकोचत वाड्यात गेला. पाटील मोठ्या थाटात झोपाळ्यावर बसून हलके झोके घेत होता. समोर चांदीचा पिकदाणा ठेवलेला होता. राम्या मात्र दूरच उभा राहिला. पाटील काही क्षण त्याच्या कपड्यांकडे पाहत राहिला. मग आपल्या गड्याला उद्देशून म्हणाला-"रंग्या, हे गंग्याचं पोरगं शहरात जाऊन चांगलंच सुधारलेलं दिसतंय." तेवढ्यात रंग्या लगेच हसत म्हणाला "मालक, एकदम मिथुन

चक्रवर्तीच!" दोघेही हसू लागले. पाटील हातातल्या पानाचा रस पिकदाण्यात थुंकत म्हणाला "राम्या, तू किती बी उड्या मार. तू म्हसनजोग्याचाच... आणि म्हसनजोगीच राहणार." तो थोडा पुढे झुकला आणि म्हणाला "शिक्षण तुमचं काम नाही. चल, ते सोडून दे. माझ्या मळ्यात काम देतो तुला."

थोडं हसत तो पुढे म्हणाला-

"दोन वेळचं जेवण चांगली मजुरी आणि शेतावरच एक घर. फक्त राहण्यासाठी बरं का!"

मग मिश्कीलपणे म्हणाला-

"तुझा म्हातारा लई खुश होईल."

पाटलाचं ते हसणं राम्याला सहन झालं नाही.

त्याच्या डोळ्यांत राग दाटून आला. तो थरथरत पाटलाकडे पाहत म्हणाला "पाटील... म्या शिकल बी आणि तुमच्या माडीहून मोठी माडी नाही बांधून दाखवली तर नाव नाही लावणार बापाच!" राम्याची ही सरळ आणि जिद्दीची भाषा ऐकून पाटलाचा संताप अनावर झाला. तो ओरडला "अरे! याला बाहेर काढा!" क्षणातच पाटलाचे गडी काठ्या घेऊन राम्यावर तुटून पडले. राम्याला त्यांनी बेदम मारलं. तो बेशुद्ध होईपर्यंत त्याला काठ्यांनी फोडलं. मग त्याला वाड्याबाहेर फेकून दिलं. थोड्या वेळाने राम्याला शुद्ध आली. डोळे उघडले तेव्हा त्याला समोर गंगाराम दिसला. गंगाराम बराच वेळ तिथेच बसून होता.

आपल्या मुलाची अशी अवस्था पाहून तो लहान मुलासारखा रडत होता. त्याने राम्याचं डोकं मांडीवर घेतलं आणि म्हणाला "राम्या... लई लागलं का रे?" राम्या मात्र काही बोलला नाही. त्याने फक्त आकाशाकडे पाहिलं.

आणि मनात पुन्हा एकदा ठरवलं "म्या साहेब होणार आणि हा अपमान विसरणार नाही." राम्या हळूहळू शुद्धीवर आला. त्याचे अंग दुखत होते. डोळे उघडले तेव्हा त्याने पाहिले गंगाराम त्याच्या जवळ बसलेला होता. गंगारामने थरथरत्या हाताने राम्याचा हात पकडला. त्याच्या डोळ्यांत पाणी होतं. तो हळू आवाजात म्हणाला "राम्या... आपलं जीवन परावलंबी. तेच आपले माय-बाप. त्यांच्याशी वैर घेऊन कोण गावात राहणार?"

तो थोडा थांबला.

मग पुन्हा म्हणाला "तू असं कर... उद्याच शहरात जा आणि सध्या गावात परत येऊ नकोस." बापाला असं रडताना पाहून राम्याचे डोळेही पाणावले. त्याने गंगारामचा हात घट्ट पकडला आणि म्हणाला-

"बा... तुम्ही बी माझ्या सोबत शहरात चला. आपण तिकडं चांगलं जीवन जगू." गंगाराम हलकेच हसला. त्याने राम्याच्या डोक्यावर हात ठेवला. मुलाची समजूत काढत तो म्हणाला- "राम्या... तुला अजून लई शिकायचंय. तू लई शिक... आणि मोठ्ठा साहेब बन." त्याच्या आवाजात पुन्हा तीच जिद्द होती. तो पुढे म्हणाला "मग ये या गावात. आपण लई मोठ्ठ घर बांधू पाटलाच्या नाकावर टिच्चून." राम्या शांतपणे ऐकत होता. गंगाराम दूर गावाकडे पाहत म्हणाला "तू आता शहरात जा. माझा जन्म ह्याच गावात गेलाय... आणि इथेच या मातीत मिळणार." हे ऐकून राम्या काही बोलू शकला नाही. तो फक्त बापाच्या खांद्यावर डोकं ठेवून शांतपणे रडत राहिला. त्या संध्याकाळी...म्हसणवट्याजवळच्या त्या छोट्या झोपडीत एक बाप आपल्या मुलाचं भविष्य घडवत होता आणि मुलगा आपल्या बापाचं स्वप्न मनात कोरत होता. त्या घटनेला आज तब्बल चार–पाच वर्षे उलटून गेली होती. इतक्या वर्षांत राम्या पुन्हा कधी गावात आला नाही. आणि गंगारामही कधी शहरात गेला नाही.

दोघांमधला एकमेव दुवा होता - पत्र. दर दोन—चार महिन्यांनी राम्याचं एक पत्र यायचं. त्यात तो आपली क्षेमकुशल लिहायचा.

"बा, मी बरा आहे... अभ्यास चालू आहे... तुम्ही तब्येतीची काळजी घ्या." गंगारामला अक्षर ओळखत नव्हतं. म्हणून तो ते पत्र घेऊन सरळ पाठक गुरुजींकडे जायचा. गुरुजी शांतपणे पत्र वाचून दाखवायचे. गंगाराम मात्र प्रत्येक शब्द ऐकत छाती फुगवून बसायचा.

पण राम्याचं शेवटचं पत्र तीन वर्षांपूर्वी आलं होतं. त्या पत्रात राम्याने लिहिलं होतं "बा, म्या इंजिनियर झालो." पत्र वाचून गंगारामच्या चेहऱ्यावर

अभिमानाचं हसू पसरलं. पण त्या आनंदापेक्षा दुप्पट आनंद पाठक गुरुजींना झाला होता. कारण त्यांनी घडवलेला तो मातीचा पुतळा आज खरंच मानवी रूपात उभा राहिला होता. गुरुजींची मेहनत खरोखरच सार्थकी लागली होती. केवढा मोठा हा गौरव! त्या दिवशी पहिल्यांदाच आम्ही पाठक गुरुजींच्या डोळयांत अश्रू पाहिले. गुरुजी काही वेळ शांत बसले. मग हळू आवाजात म्हणाले "हा माझा नाही... या गावाचा मुलगा आहे." त्या दिवसानंतर गुरुजी जेव्हा वर्गात मुलांना शिकवत तेव्हा ते नेहमी राम्याचं उदाहरण द्यायचे. ते म्हणायचे-

"जिद्द असेल तर म्हसणवट्ट्याजवळच्या झोपडीतला मुलगाही इंजिनियर होऊ शकतो." तो दिवस सकाळचा होता. गावातील मंडळी पाऱ्यावर बसून कोवळ्या उन्हात गप्पा-गोष्टी करत होत्या.

तिच्या तू-तू, मै-मैची आवाज दूर-पर्यंत पसरली होती. विषय होता राजकारणा, आणि चौकडी दिल्लीच्या अंदाजात विचार मांडत होती. तेव्हाच गंगाराम समोरून येत होता. चौकडीतल्या एकाने डोळा मारत

इतरांना सांगितलं "बघा आता कशी घेतो ह्या गंग्याची!" मग एकाने हाक मारली "अय गंग्या, ये कि लेका!" गंगाराम हसत हसत घोळक्यात येऊन बसला. समोर पडलेली गाय छाप उचलली, हातावर चोळत होटांमध्ये दाबली. तेवढ्यात एका चौकडीतील माणसाने विचारले "गंग्या, काल म्हसना कडे लय कुत्रे इवळत होती, तुला काय माहिती हाय का?" गंगाराम शांतपणे म्हणाला-

"मंग काय, रात्री लय राडा झाला बग."

"म्हंजी काय झालं र?"

"काय नवीन नाय र."

"अर सांग कि."

गंगाराम हसून म्हणाला-

"काल रात्री लय कुत्रे भुंकत होत्या म्हणून मी बाहेर आलो, तर बघतो तर काय? म्हसणवट्यावर कोणी बसलेलं दिसलं. मागल्या वर्षी गेलेला 'बाबू लांड्या' बसलेला."

"बाबू लांड्या म्हंजे त्योच का, पैलवान?"

"अर त्योच."

"अन आता कश्यासनी आला त्यो?"

गंगाराम गंभीर होऊन म्हणाला-

"मी बी त्याला तेच इचारलं, तर त्यो रागानं माह्या कडे बघत म्हणाला- 'गंग्या, लेका, वरीस झालं आता... लै भूक लागली बग, काय खाऊ? कि तुलाच खाऊ?'"

"मंग, तू काय केलं?"

"मी बी त्याचा बाप हाय, मी त्याला म्हणलं-'मला खाऊन काय मिळलं? तुला खायचंच तर, "रात्री लोक परसाकडला येतात, खायचं असेल तर खाऊन टाका त्यांना.'"

“अन मंग?”

“मंग काय, पाहिलवानाचाच भेजा त्याचा. त्याला काय कळणार, तो बी हो म्हणला.”

“अर तुला भानामती येते ना, मग पकडायचा कि? उद्या ते भूत बिथरलं तर मंग काय करायचं?”

“त्या बी खरं हाय, पण भानामती पाहिलवानावर चढत नाही. अजून बी त्याचात लय रग हाय.”

“मग आता परसाकडला?”

“तो त्यांनाच खाईल जो भायेर येऊन हागलं. तुला तर सरकारी संडास बांधून दिला, मर्दा, तू कह्याला घाबरतो?”

या परसाकडच्या भूताची बातमी गावात प्लेगसारखी पसरली. रात्रीच नाही, दिवसा देखील लोक संडासला बाहेर पडायला घाबरू लागले.

सर्व सार्वजनिक आणि घरातील संडास वापरू लागले. गाव स्वच्छ दिसायला लागलं.

भूत-प्रेताच्या कहाण्या आता काही लोकांना खर्या वाटू लागल्या. त्याचे अनुभव ऐकून अनेक लोक तेथून पळ काढू लागले.

लोक भूतांच्या गोष्टींनी घाबरत होते, पण गंगारामला मात्र बीभत्स आनंद वाटायचा …गावातल्या प्रत्येकाच्या दूरदूरच्या पायवाटा बदलल्या, लोक आपोआप स्वच्छतेकडे लक्ष देऊ लागले. सर्व सार्वजनिक संडास, घरातील संडास वापरण्यात येऊ लागले. गाव स्वच्छ दिसायला लागलं. गंगाराम मात्र म्हसणवट्टयाजवळच्या झोपडीच्या अंगणात तंबाखू चोळत बसून, हळूच हसत असे “माझा राम्या साहेब होणार…” तीन वर्षे उलटून गेली, तरी पोराची काहीच खबर नव्हती. गंगाराम कावरा-बावरा होऊन गेला होता.

दर दोन दिवसांनी तो गुरुजींकडे जात असे "पोराची काही खबर आहे का?" आणि निराश होऊन परत येत असे. त्याच्या मनाची मर्यादा संपली होती.

तो व्याकुल होता, फक्त एकच इच्छा- पोराला पाहण्याची. तो गुरुजींकडे बसला आणि हळूच म्हणाला "गुरुजी, आपण शहरात जाऊन पाहू. लेकराला पाहून लई दिवस झाले, आता राहवत नाही. चला, उद्या सकाळच्याच एसटीने शहरात जाऊ." गुरुजींचे डोळे उदासतेने भरून आले.

ते मान नकारार्थी हलवत होते, आणि अश्रू काही थांबत नव्हते. गंगाराम घाबरला नाही, उलट आधार देत गुरुजींकडे पाहत म्हणाला "काय झालं गुरुजी, अन आता सांजपारात रडता... हे कश्या मूळ?"

गुरुजींना राहवेनासा झाला. त्यांच्या अश्रूंचा धबधबा थांबत नव्हता. गंगाराम गुरुजींना पलंगावर बसवला आणि म्हणाला "गुरुजी शांत व्हा. काय झालं ते सांगा. तुम्हाला राम्या बद्दल सांगायचं का?" गुरुजी हळूच मान डोलावली. गंगाराम काळजावर दगड ठेवून म्हणाला "गुरुजी, असा अंत नका पाहू. जे असेल ते सांगा, मी जे आहे ते ऐकायला तयार आहे."

गुरुजींनी स्वतःला सावरत, पलंगावरील गादीखाली ठेवलेलं पत्र गंगारामसमोर ठेवले. गंगारामने ते हातात घेतलं, पण वाचू शकला नाही. गुरुजी हळूच वाचू लागले-

....

"माननीय गुरुजी यांस साष्टांग नमस्कार, मागील पत्रात तुम्हाला 'इंजिनियर' झाल्याचं कळवलं होतं. माझे हे यश फक्त तुमच्या मार्गदर्शनाने शक्य झाले. तुम्हास सांगण्यास आनंद होत आहे की आमच्या महाविद्यालयात झालेल्या कॅम्पस मुलाखतीत, एका बहुराष्ट्रीय कंपनीमध्ये माझी निवड झाली आहे. ही निवड 'दुबई'साठी झाली असून, पुढील आठवड्यात मी तिकडे रवाना

होत आहे. 'बा' ला माझा निरोप सांगावा. मी माझा भूतकाळ इथेच सोडून, एका नवीन आयुष्याची सुरुवात करत आहे. एक म्हसणजोग्याच पोर म्हणून माझी असलेली ओळख पुसण्याची, बहुदा नियतीने मला एक संधी दिली असावी. हे बहुदा माझे शेवटचे पत्र असेल.

'बा' ला सांगा की तुमचं स्वप्न लवकरच पूर्ण होईल, परंतु ते पूर्ण होत असताना ते माझ्या जवळ नसतील. त्याबद्दल ते मला नक्की माफ करतील ही आशा. तुमचा गुणवंत विद्यार्थी,

जॉनसन उर्फ राम्या"

....

पत्र वाचून झाल्यानंतरही गंगाराम गुरुजींच्या चेहऱ्यावरून एकटक नजर काढत राहिला. त्याच्या डोळ्यातून अश्रू ओघळत होते, पण तो रडत नव्हता, त्याच्या मनातले वेदनाचे राग बाहेर न काढत, एक अंतर्मुख दडपण घेत होता. थोडावेळ शांत राहून त्याने धीम्या, पण कट्टर आवाजात विचारले "गुरुजी... तो... तो खरंच चालला का? आणि बापाला सोडून?" गुरुजींचा डोळा थोडा नम्रपणे डोलला, आणि ते म्हणाले "हो... त्याने स्वतःची वेगळी वाट धरली आहे. मी पत्रावर दिलेल्या पत्त्यावरून शहर गाठले, त्याचे घर शोधले. दारात पाहून तो चांगलाच बिथरला होता. आणि... एक नवीन गोष्ट... त्याचे लग्नही झाले आहे. तसेच त्याने ख्रिश्चन धर्म स्वीकारला आहे. आता तो आपला राम्या नाही, जॉनसन आहे." गंगाराम थांबला. त्याची नजर खाली गळाली, हातात तंबाखू मळत तो स्वतःशीच काहीतरी बोलू लागला. गुरुजींना तो हात कसा कंपत होता ते सहज जाणवले. त्याचे हृदय, त्याचे मन, त्याच्या प्रत्येक पेशीत दुःख आणि राग यांचा विस्फोट उमटत होता. गुरुजींच्या आवाजात वेदना होती, पण त्यांनी सांगितले "मी त्याची खूप समजूत घ्यायचा प्रयत्न केला, पण त्याच्या बोलण्यात त्याला आपली जात, भूतकाळ आणि गावाचा

तिरस्कार जाणवत होता. त्याच्या मते आपले वैचारिक दारिद्र्य त्याच्या सारख्या शिकलेल्या-सवरलेल्या जॉनसनला कमीपणाचे वाटते."

गंगारामने हळूहळू आपली नजर वर उचलली, आवाजात थोडा धक्कादायक ठसका आला-

"अन माझा?"

गुरुजी हळू उत्तरले-

"हो... तुझा नाही, पण तुझ्या अवताराची त्याला किळस येते. त्याच्या दृष्टीने आपले जीवन, आपले संघर्ष, आपली मेहनत-त्याला कमी दर्जाचे वाटते."

"त्या भाड्याला माझ्या अवताराची, माझी किळस येते...!" गंगारामचा आवाज थरथरून, पण ठाम होता. "मायघाल्या म्हणा, इसरलास का म्हया संग नागडा फिरायचास दोन भाकरीसाठी! त्याची माय गेली, पर दुसरे लग्नही नाही केले... ना कधी रांडा ठेवलेल्या. हं... मी लई वाईट असलो तोंडान, पण कुणाचं कधी नुकसान नाही केलं. कुणा बाईकडे वाईट नजर टाकली नाही. भीक मागून खाल्लं, पण चोरी कधीच नाही केली. मने... मने लाज वाटते माही!"

तो थोडा थांबला, डोळे भिजलेले, हात खिशात घालून तंबाखू मळत म्हणाला-

"गुरुजी... हेच का तुमचं शाळेचं शिक्षण, जे माझ्या पोराला माणसातून उचलून दिलं... बरं, माझ्या समोर नाही आला हरामी... नाही, ह्या म्हसणजोग्याचा हिसका दावला असता, तर कदाचित नाव 'गंगाराम' मी कधीच सांगितलं नसतं."

त्याच्या प्रत्येक शब्दातून आक्रोश, वेदना, न्यायाची जिद्द आणि आत्म-सन्मान यांचा विस्फोट उमटत होता. गंगाराम फक्त रागावलेला नव्हता, तर तो समाजाच्या अन्यायाची, भूतकाळातील तिरस्काराची आणि स्वतःच्या

अस्तित्वाची निवेदन करत होता. गंगारामचा राग प्रत्येक शब्दातून आगेत रूपांतरित होत होता. त्याची प्रत्येक श्वासावाटी, हातातील तंबाखूचा कंपन, डोळ्यातली आगीची चमक-सगळे काही गुरुजींना जाणवले. त्याच्या चेहऱ्यावरचे भाव इतके विचित्र होते की गुरुजींनाही भीती वाटली. जणू एखादा माणूस बाहेरून जिवंत आहे, पण आतून पूर्णपणे मेला आहे. थोड्या वेळाने तो उठला, हातातली काठी घेतली आणि म्हणाला "गुरुजी माझा राम्या लई मोठा झाला." गुरुजींच्या डोळ्यात पाणी आलं.

"गंगाराम"

पण गंगारामने हातानेच त्यांना थांबवलं. "नाय गुरुजी रडू नका, माझं स्वप्न तर पूर्ण झालं ना?" आणि तो रागात घराबाहेर निघून गेला. त्या रात्री गंगाराम झोपडीत परतला, पण आज ती झोपडी त्याला नेहमीसारखी वाटत नव्हती. दरवाजा उघडताच आत एक भेसूर शांतता पसरलेली होती. ज्या घरात कधीकाळी राम्याच्या खळखळून हसण्याचे आवाज घुमायचे, तिथे आज फक्त एकटेपणाची सावली उरली होती. गंगाराम हळूहळू कोपऱ्यातल्या जुन्या लाकडी पेटीजवळ गेला. थरथरत्या हातांनी त्याने झाकण उघडलं. पेटीत अजूनही राम्याच्या लहानपणीच्या आठवणी जपून ठेवलेल्या होत्या. एक फाटकी चड्डी. शाळेत जाताना घातलेला जुना शर्ट. गुरुजींनी दिलेली पाटी, आणि एका कागदावर खडूने काढलेलं घर. चार खिडक्या असलेलं घर.

तेच घर ज्याचं स्वप्न बाप-लेक दोघांनी कित्येक रात्री जागून पाहिलं होतं. गंगारामने एकेक वस्तू बाहेर काढली. प्रत्येक वस्तूसोबत एखादी आठवण जागी होत होती. त्या फाटक्या शर्टाकडे पाहताच त्याला राम्याचा शाळेचा पहिला दिवस आठवला. दारात उभा राहून राम्या घाबरत म्हणाला होता, "बा म्या एकटाच जाऊ?" आणि त्याने हसत उत्तर दिलं होतं, "जा रे एक दिवस साहेब व्हायचं ना तुला?" त्या आठवणीने त्याच्या ओठांवर क्षणभर

हसू उमटलं. पण लगेच डोळ्यांत पाणी दाटून आलं. त्याने सगळ्या वस्तू एका जुन्या कापडात बांधायला सुरुवात केली. गाठोडं बांधून झाल्यावर बराच वेळ तो त्याकडे पाहत बसला. मग स्वतःशीच पुटपुटला, "आता याची गरज नाय" शब्द तोंडातून बाहेर पडले, पण मनाने त्यांचा स्वीकार केला नाही. तो उठला. गाठोडं घेऊन दारापर्यंत गेला. बाहेर अंधार पसरला होता. एक क्षण त्याला वाटलं-हे सगळं दूर फेकून द्यावं. आठवणी संपल्या की वेदनाही संपतील. पण पुढच्याच क्षणी त्याचे हात थरथरू लागले. त्याने गाठोडं पुन्हा छातीशी धरलं. जणू त्या गाठोड्यात वस्तू नव्हत्या तर त्याचं संपूर्ण आयुष्य बांधलेलं होतं. तो परत आत आला. हळूहळू गाठोडं उघडलं.

राम्याचा जुना शर्ट बाहेर काढला, तो शर्ट चेहऱ्याजवळ नेला. त्यात आता कसला वास नव्हता पण गंगारामला मात्र अजूनही त्यात आपल्या लेकराचा गंध जाणवत होता. तो शर्ट छातीशी घट्ट धरून बसला आणि अनेक वर्षांपासून मनात साठवून ठेवलेला दुःखाचा बांध अखेर फुटला. पहिल्यांदाच म्हसणात शेकडो चिता जळताना न रडलेला गंगाराम, बायकोच्या मृत्यूवेळी न रडलेला गंगाराम, लोकांच्या अपमानाने न रडलेला गंगाराम, त्या रात्री एका लहान मुलासारखा ढसाढसा रडू लागला.

"राम्या"

त्याच्या ओठांतून शब्द फुटला. "अरे लेका इतका परका झालास का रे?" अश्रूंनी त्याचा आवाज गुदमरला. "तू साहेब झालास याचा आनंद हाय रे मला पण तुझा बा एवढा वाईट होता का? एकदाबी मागं वळून पाहिलं नाहीस" झोपडीच्या मातीच्या भिंती त्याचं रडणं शांतपणे ऐकत होत्या. बाहेर वारा वाहत होता. आकाशात चंद्र होता आणि त्या रात्री पहिल्यांदाच गंगारामला म्हसणाची नाही तर स्वतःच्या एकटेपणाची भीती वाटत होती.

कारण आज त्याला जाणवलं होतं माणूस मरतो तेव्हा दुःख होतं, पण जिवंत असतानाच आपल्या माणसांच्या मनातून मरणं त्याहून मोठी शिक्षा नसते.

काही दिवसांत गंगाराम जणू दोन जगांमध्ये जगत होता. एक वास्तवाचं... आणि दुसरं आठवणींचं. कधी कधी त्याला स्वतःलाच कळत नसे की तो नेमका कुठे आहे. झोपडीच्या दारात बसून तो तासन्तास समोर पाहत राहायचा. पण त्याच्या नजरा समोरच्या रस्त्यावर नसत. त्या भूतकाळात हरवलेल्या असत. कधी अचानक त्याच्या चेहऱ्यावर हसू उमटायचं. जणू काहीतरी दिसलं आहे. तो हळूच म्हणायचा "राम्या... पळू नको रे, पडशील." पण समोर कोणीच नसायचं. फक्त धुळीचा रस्ता आणि वाऱ्याने हलणारी झाडांची पानं. त्याच्या डोळ्यांसमोर मात्र अजूनही लहानसा राम्या धावत असायचा. अंगात फाटका शर्ट...

अनवाणी पाय...

आणि चेहऱ्यावर निरागस हसू. कधी त्याला राम्याचा शाळेचा पहिला दिवस आठवायचा. दारात उभा राहून घाबरलेल्या नजरेने मागे वळून पाहणारा राम्या... आणि त्याला धीर देण्यासाठी हसणारा स्वतःचा चेहरा. तो प्रसंग आठवला की त्याच्या डोळ्यांत चमक यायची. क्षणभर त्याला वाटायचं की उद्या सकाळी पुन्हा राम्याचा हात धरून शाळेत जायचं आहे. पण पुढच्याच क्षणी वास्तव समोर उभं राहायचं. झोपडी रिकामी दिसायची आणि त्याच्या चेहऱ्यावरचं हसू विरून जायचं. कधी कधी पाटलाच्या वाड्यासमोरचा तो दिवस त्याच्या मनात पुन्हा जिवंत व्हायचा. रक्ताने माखलेला राम्या...

बेशुद्ध पडलेला... आणि त्याचं डोकं मांडीवर घेऊन बसलेला तो. ते आठवलं की त्याचं काळीज आजही तुटायचं. त्या दिवशी मुलाच्या अंगावर पडलेला प्रत्येक फटका जणू त्याच्या स्वतःच्या शरीरावर बसला

होता. त्याला वाटायचं, त्या दिवशी जर राम्याला गावाबाहेर पाठवलं नसतं तर? कदाचित तो दूर गेला नसता... कदाचित आजही जवळ असता.. पण मग तो स्वतःच डोकं हलवायचा. नाही... मुलाचं भविष्य त्याहून मोठं होतं. बापाने तेव्हाही स्वतःपेक्षा मुलाचाच विचार केला होता आणि आजही करत होता. रात्री कधी कधी तो झोपेतून दचकून उठायचा. घामाने अंग भिजलेलं असायचं. त्याला वाटायचं राम्या दारात उभा आहे. "बा..." अशी हाक ऐकू आल्याचा भास व्हायचा. तो घाईघाईने उठून दारापर्यंत जायचा. पण बाहेर कोणीच नसायचं.

फक्त काळोख. आणि स्मशानाकडून येणारा गार वारा. मग तो हळूच परत यायचा. आपल्या चुकलेल्या आशेवर स्वतःच हसायचा.

पण ते हसूही डोळ्यांपर्यंत पोहोचत नसे. एक दिवस तर त्याने गुरुजींनाही विचारलं "गुरुजी... आपलं घर कसं असणार होतं आठवतंय का?" गुरुजी काही बोलले नाहीत. गंगाराम मात्र दूर कुठेतरी पाहत राहिला. "चार खिडक्या म्हणला होता राम्या... समोर मोठं अंगण... अन माझ्यासाठी वेगळी खोली बी..." त्याच्या चेहऱ्यावर एक वेगळंच समाधान उमटलं. जणू ते घर खरंच त्याच्या समोर उभं होतं. जणू त्या अंगणात राम्या फिरत होता. जणू त्याचं स्वप्न पूर्ण झालं होतं. पण पुढच्याच क्षणी वास्तवाची जाणीव पुन्हा झाली.

आणि त्याच्या डोळ्यांतील चमक मंदावली. असं करत करत गंगाराम हळूहळू आठवणींमध्येच राहू लागला. कारण वास्तवात त्याच्याकडे उरलं होतं-

एक रिकामी झोपडी... काही जुनी पत्रं... आणि आयुष्यभर जपलेलं एक अपूर्ण स्वप्न. पण आठवणींमध्ये मात्र त्याचा राम्या अजूनही त्याच्यासोबत होता.

लहानसा...

निरागस...
आणि "बा" म्हणत त्याच्या मागे मागे फिरणारा.
कदाचित म्हणूनच गंगाराम वास्तवापेक्षा आठवणींमध्येच जास्त जगू लागला.
कारण वास्तवाने त्याच्याकडून मुलगा हिरावून घेतला होता, पण आठवणींनी अजूनही त्याला राम्या परत दिला होता.
परंतु त्याच्या मनात मात्र ज्वालामुखी धुमसत होता. प्रत्येक श्वासागणिक राग, दुःख आणि तिरस्काराच्या ज्वाला अधिकच भडकत होत्या. त्या दिवसापासून तो हातभट्टीच्या अड्ड्यावर जास्त वेळ घालवू लागला.
दारूच जणू त्याचा एकमेव आधार बनली होती. सकाळची सुरुवात दारूने व्हायची, दुपार दारूतच सरायची आणि रात्रीही नशेतच डोळे मिटायचे. काळ, दिवस आणि रात्र यांचं भान त्याने केव्हाच गमावलं होतं.
सकाळपासून संध्याकाळपर्यंत त्याचं आयुष्य दारू, राग आणि काळयाकुट्ट विचारांच्या भोवऱ्यात अडकून पडलं होतं. पण त्या नशेतही त्याला शांतता मिळत नव्हती. रोजची उधारी आणि गावकऱ्यांच्या तुच्छतेने त्याचा आत्मसन्मान चिरडून टाकला होता.
ज्या स्वप्नांवर त्याने आयुष्यभर विश्वास ठेवला होता, तीच स्वप्नं आता त्याच्या जखमांवर मीठ चोळत होती. त्याच्या मनात साचलेलं विष हळूहळू संपूर्ण आयुष्यात पसरत होतं. एकामागून एक त्याची स्वप्नं कोसळत होती, आणि त्या ढिगाऱ्याखाली गंगारामचं उरलेलं आयुष्य हळूहळू गाडलं जात होतं.
एक दिवस हातातली तंबाखू चोळत गंगाराम गावाच्या रस्त्याने चालला होता. पूर्वीसारखाच त्याचा पेहराव, तीच चाल; पण आता त्याच्या डोळयांत काहीतरी बदललं होतं. तिथे ना पूर्वीचा निरागस विश्वास उरला होता, ना भविष्याची स्वप्नं. त्याऐवजी एक विचित्र पोकळी आणि दडपलेला संताप घर करून बसला होता.

गावकरी त्याला पाहताच वाट बदलत. लहान मुलं खेळ सोडून घरात पळून जात. काही वृद्ध मंडळी त्याच्याकडे न पाहिल्यासारखी करून पुढे निघून जात. एकेकाळी या वागण्याने त्याला काहीच फरक पडत नसे; उलट त्यातच त्याला गंमत वाटायची. पण आता परिस्थिती वेगळी होती.

गंगाराम शांतपणे सगळं पाहत होता.

लोक त्याच्यापासून दूर जात होते...

आणि ज्याच्यासाठी त्याने आयुष्य वेचलं होतं, तोही दूर निघून गेला होता.

हातातली तंबाखूची चंची घट्ट दाबत तो स्वतःशीच पुटपुटला-

"लेकानो... किती बी पळा. शेवटी एक दिस माझ्याकडेच यायचं हाय. माणूस किती बी दूर गेला, तरी शेवटची वाट ही इकडंच येते."

वाक्य संपलं, पण त्याच्या ओठांवरचं कडवट हसू बराच वेळ टिकून राहिलं.

म्हसणवट्यावर आयुष्य घालवलेल्या त्या माणसाला मृत्यूची भीती नव्हती. भीती होती ती जिवंतपणी विसरल्या जाण्याची.

राम्याने मिळवलेलं यश पाहण्यासाठी तो जगला होता. त्याच्या प्रत्येक कष्टामागे, प्रत्येक अपमानामागे, प्रत्येक उपाशी रात्रीमागे एकच स्वप्न होतं. पण ते स्वप्न पूर्ण झाल्यावर त्यात स्वतःसाठी जागाच उरली नव्हती.

ही जाणीव त्याला आतून पोखरत होती.

राग होता...

दुःख होतं...

आणि त्याहून मोठी होती ती हतबलता.

तरीही तो जगत होता.

कदाचित आशेवर नाही, तर सवयीवर.

कारण काही माणसं जगण्याची कारणं संपली तरी जगणं सोडत नाहीत.

हळूहळू गंगारामने भिक्षा मागणंही कमी केलं. लोकांनीही त्याला उधार देणं बंद केलं होतं. पोटाची खळगी भरण्यासाठी आणि दारूची सोय करण्यासाठी तो आता भानामती, झाडफुंक, जादूटोणा आणि अघोरी विधींच्या नावाखाली लोकांची कामं करू लागला.

म्हसणवट्यावरचं त्याचं आयुष्य आणि मृत्यूशी असलेला त्याचा संबंध पाहून अनेक लोक आधीपासूनच त्याला वेगळ्या नजरेने पाहत होते. आता त्या भीतीला अंधश्रद्धेची जोड मिळाली होती.

गावकरी त्याच्याशी बोलणं टाळू लागले.

कोणी समोरून येताना दिसलं की वाट बदलायचे.

काही जण तर त्याची सावलीही अंगावर पडू नये म्हणून दूरूनच निघून जायचे.

दिवसेंदिवस त्याच्याबद्दलच्या अफवा वाढत गेल्या.

गावात एखादं जनावर आजारी पडलं, एखाद्याचं पीक खराब झालं किंवा कोणाच्या घरात अनिष्ट घटना घडली की लोकांच्या तोंडी एकच नाव असायचं-

"हे गंगारामचं काम असणार."

काळाच्या ओघात त्या अफवा इतक्या वाढल्या की लोकांनी त्यांना सत्य मानायला सुरुवात केली.

एकेकाळी चावडीवर बसून सगळ्यांना हसवणारा गंगाराम आता गावासाठी भयाचं प्रतीक बनला होता.

ज्यांच्यासोबत तो वर्षानुवर्षं हसला, बोलला, सुख-दुःख वाटून घेतलं, तीच माणसं आता त्याच्याकडे संशयाने पाहू लागली होती.

गंगाराम मात्र शांतपणे हे सगळं पाहत होता.

त्याला माहीत होतं की लोक त्याला घाबरत नाहीत...

ते त्यांच्या मनातल्या भीतीला घाबरत आहेत.

पण या सगळ्या गोंधळात एक गोष्ट मात्र खरी होती-

गावाने त्याला आधीच एकटं केलं होतं, आणि आता अफवांनी त्याला पूर्णपणे परका करून टाकलं होतं.

त्याचं आयुष्य हळूहळू एका अंधाऱ्या वर्तुळात अडकत चाललं होतं. राग, दारू, एकटेपणा आणि लोकांच्या गैरसमजुती यांचं विष त्याच्या आयुष्यात इतकं मिसळलं होतं की त्यातून बाहेर पडण्याचा मार्ग त्यालाही दिसेनासा झाला होता.

गंगाराम आता रोज हातभट्टीच्या अड्ड्यावर दिसू लागला होता. दारूच्या नशेत तो मोठमोठ्याने बोलायचा, कधी हसायचा, तर कधी एखाद्यावर विनाकारण संतापायचा. गावकऱ्यांनी हळूहळू त्याला टाळायला सुरुवात केली. त्याच्या शेजारी बसण्याची कुणाची हिंमत होत नव्हती, तर त्याच्याशी बोलण्याचं धाडसही कोणी करत नव्हतं.

हे सगळं पाहून गंगारामच्या चेहऱ्यावर एक कडवट समाधान उमटायचं. ज्या समाजाने त्याला आयुष्यभर तुच्छ लेखलं, तोच समाज आता त्याला घाबरत होता. त्या भीतीतून त्याला एक विचित्र आनंद मिळत होता.

पण दिवसेंदिवस गावकऱ्यांची भीती वाढत चालली होती. संध्याकाळनंतर लोक एकटे बाहेर पडणं टाळू लागले. म्हसणवट्याकडे जाणाऱ्या वाटा ओस पडल्या. काहीजण तर सार्वजनिक जागांवर जाणंही टाळू लागले. गाव स्वच्छ दिसू लागलं होतं; पण त्या स्वच्छतेमागे शिस्त नव्हती, तर भीती होती.

गंगारामच्या मनात मात्र वेगळंच वादळ धुमसत होतं.

दुःख, अपमान, राग आणि एकटेपणा यांचं मिश्रण दिवसेंदिवस अधिक तीव्र होत होतं. त्याच्या प्रत्येक हालचालीत एक अस्वस्थता होती. प्रत्येक शब्दामागे वर्षानुवर्षं साचलेली वेदना दडलेली होती.

लोकांच्या नजरेत तो आता अघोरी, भीतीदायक आणि नकोसा माणूस बनला होता.

पण त्या कठोर चेहऱ्यामागे एक हतबल बाप दडलेला होता.

जॉनसन उर्फ राम्याने स्वतःचं आयुष्य घडवलं होतं. स्वतःची नवी ओळख निर्माण केली होती. पण त्या यशाच्या प्रवासात त्याच्या बापाची स्वप्नं कुठेतरी मागे पडली होती. साहेब झालेला मुलगा होता, पण त्याच्यासोबत आनंद साजरा करायला बाप नव्हता. मोठ्या घराचं स्वप्न होतं, पण त्या घरात गंगाराम साठी जागा उरली नव्हती.

तिकडे सरपंचाची म्हातारी वारली होती. अंत्यसंस्काराची तयारी सुरू होती; पण गावकऱ्यांच्या लक्षात एक गोष्ट आली-

गंगाराम कुठेच दिसत नव्हता.

म्हसणात कोणतंही प्रेत आलं की सर्वात आधी हजर असणारा गंगाराम आज गायब होता. सुरुवातीला कुणी फारसं मनावर घेतलं नाही. दारूच्या नशेत कुठेतरी पडला असेल, अशीच चर्चा झाली. पण दिवस सरत गेला आणि गंगारामचा काहीच पत्ता लागला नाही. काही गावकऱ्यांनी त्याच्या झोपडीकडे जाऊन पाहिलं. झोपडी रिकामी होती. दार अर्धवट उघडं होतं. आत नेहमीसारखा पसारा होता, पण गंगाराम नव्हता. दुसऱ्या दिवशी शोध सुरू झाला. म्हसणवटा, ओढ्याचा काठ, हातभट्टीचा अड्डा, गावाबाहेरची झुडपं... जिथे जिथे तो सापडण्याची शक्यता होती, तिथे लोकांनी शोध घेतला.

पण हाती काहीच लागलं नाही. दिवसेंदिवस गावात कुजबुज वाढू लागली. कोणी म्हणालं, दारूच्या नशेत कुठेतरी निघून गेला असेल. कोणी म्हणालं, अघोरी साधनेसाठी जंगलात गेला असेल. तर काहींनी त्याच्या गायब होण्यालाही गूढतेचं स्वरूप दिलं. तिसऱ्या दिवशी सकाळी गावातील काही गुराखी गुरं चारण्यासाठी जंगलाच्या दिशेने गेले होते. तेव्हा त्यांना एका जुन्या वडाच्या झाडाजवळ असलेल्या खड्ड्यातून असह्य दुर्गंध येत

असल्याचं जाणवलं. ते जवळ गेले. आणि क्षणात त्यांच्या पायाखालची जमीन सरकली.

खड्ड्यात गंगाराम पडलेला होता.

निश्चल.

निर्जीव.

त्याच्या शरीरावर काळाने आपलं काम सुरू केलं होतं.

आजूबाजूला विखुरलेल्या काही वस्तूंमुळे लोकांच्या कल्पनांना आणखी खतपाणी मिळालं. कुणीतरी काळे धागे पाहिले, कुणाला जळालेल्या लाकडाचे तुकडे दिसले, तर कुणी त्याला अघोरी विधींचा भाग ठरवलं. क्षणात अफवा गावभर पसरल्या. पण सत्य मात्र कुणालाच माहीत नव्हतं. गंगाराम त्या जंगलात कसा गेला? तो तिथे किती दिवस होता? त्याच्या शेवटच्या क्षणी त्याच्या मनात काय चाललं होतं? या प्रश्नांची उत्तरं त्याच्यासोबतच कायमची मातीआड गेली. गावकरी दूर उभे राहून त्याचा मृतदेह पाहत होते. एकेकाळी ज्याच्या आवाजाने गाव दचकायचं...ज्याच्याभोवती भीतीचं वलय निर्माण झालं होतं... तो माणूस आज पूर्णपणे शांत पडला होता आणि पहिल्यांदाच गावाला जाणवलं गंगाराम जिवंत असताना जितका भयावह वाटत होता, त्यापेक्षा त्याचा मृत्यू अधिक भेसूर होता. कारण मृत्यूने त्याचं शरीर नेलं होतं, पण त्याच्याभोवती फिरणारे प्रश्न मात्र मागे सोडले होते. शेवटी, गावकऱ्यांनी एकत्र येऊन ठरवले-त्याला त्याच खड्ड्यात माती टाकून शांत केले. त्या दिवशीपासून गंगाराम ह्या धरेहून कायमचा निघून गेला.

संध्याकाळ होत आली होती. सूर्य क्षितिजाच्या पलीकडे झुकत होता. त्याच्या सोनेरी किरणांनी संपूर्ण गाव न्हाऊन निघाले होते. वाऱ्याच्या मंद झुळुकीत झाडांची पानं हलकेच सळसळत होती. दूर कुठेतरी गुरांच्या गळयातील घंटा वाजत होती. गाव शांत होतं, पण त्या शांततेत गंगारामच्या

अस्तित्वाची एक अदृश्य चाहूल होती. ज्या जागी खड्डा होता, ती जागा आता सपाट झाली होती. तिथे कुठलीही खूण उरली नव्हती. मात्र गावातील प्रत्येकाला ठाऊक होतं-त्या मातीखाली फक्त एक माणूस नाही, तर एक अपूर्ण आयुष्य विसावलं आहे. आयुष्यभर गंगारामचं एक स्वप्न होतं.

स्वतःचं घर.

असं घर, जिथून त्याला कोणी हाकलून लावणार नाही. जिथे त्याच्यावर कोणाचा हक्क सांगितला जाणार नाही. जिथे तो परका नसेल.

पाटलांच्या वाड्यासारखं मोठं घर नव्हतं त्याचं स्वप्न.

त्याला फक्त चार भिंतींचा आधार हवा होता. थोडीशी जागा, जी त्याची असेल. पण नियतीने त्याला जिवंतपणी ते कधीच दिलं नाही.

आणि शेवटी...

त्याला त्याचं घर मिळालं.

फक्त सहा बाय तीन फुटांचं.

ना दार, ना खिडकी.

ना दिवा, ना अंगण.

पण पूर्णपणे त्याचं.

जिथून आता त्याला कोणीही बाहेर काढू शकत नव्हतं.

फक्त शांतता.

कदाचित नियतीचा हा सर्वांत क्रूर विनोद होता...

किंवा कदाचित उशिरा का होईना, मिळालेला न्याय.

मातीच्या त्या छोट्याशा घरात गंगाराम कायमचा विसावला.

आणि वर उभ्या असलेल्या आकाशाने, मावळत्या सूर्याने आणि त्या गावच्या मातीनं जणू हळूच त्याला सांगितलं-

"गंगाराम... आता हे घर तुझंच आहे."

काळ पुढे सरकत राहिला, पिढ्या बदलत गेल्या, पण गंगारामची कथा गावाच्या मातीमध्ये मिसळून गेली. कारण काही माणसे मरतात, पण त्यांचे विचार आणि त्यांचा संघर्ष अमर होतो.

गंगारामही तसाच होता.

तो जगातून निघून गेला होता, पण गावाच्या प्रत्येक श्वासात, प्रत्येक आठवणीत आणि राम्याच्या प्रत्येक यशात तो कायमचा जिवंत राहिला.

****

कथा-२

वारसदार

प्रकरण १

सूर्य हळूहळू क्षितिजाच्या मागे झुकत होता. आकाशात केशरी, लाल आणि जांभळ्या रंगांची उधळण झाली होती. संध्याकाळचा वारा झाडांच्या पानांतून अलगद फिरत होता. दूरवर कुठेतरी मंदिरातील घंटानाद ऐकू येत होता आणि त्या आवाजात पक्ष्यांचे थवे आपापल्या घरट्यांकडे परतत होते. गावाच्या बाहेर एका टेकडीच्या पायथ्याशी एक भव्य बंगला उभा होता. तो बंगला घरापेक्षा एखाद्या जुन्या वाड्यासारखा वाटत होता. उंच दगडी भिंती, मोठे लोखंडी गेट, अंगणात शेकडो वर्षे जुनी वाटावीत अशी वड आणि पिंपळाची झाडे, आणि सर्वत्र पसरलेली एक विचित्र शांतता. बंगल्याच्या मुख्य दरवाज्यासमोर एक जुनी लाकडी खुर्ची ठेवलेली होती. त्या खुर्चीत बसले होते महाराज. त्यांचे वय किती असेल हे सांगणे कठीण होते. ऐंशी? नव्वद? कदाचित त्याहूनही अधिक. पांढरी शुभ्र दाढी छातीपर्यंत रुळली होती. केस पूर्ण पांढरे झाले होते. कपाळावर भस्माच्या तीन आडव्या रेषा होत्या.

त्यांचे डोळे अर्धमिटलेले होते. पण ते झोपलेले नव्हते. त्या डोळ्यांत काहीतरी विलक्षण जागरूकता होती. जणू ते समोरच्या गर्दीकडे पाहत नव्हते. तर तिच्या आत लपलेल्या काहीतरी गोष्टीकडे पाहत होते. बंगल्याच्या आवारात भक्तांची मोठी रांग लागली होती. गावोगावातून, शहरांतून, अगदी परदेशातूनही लोक इथे येत असत. कुणाला व्यवसायात यश हवे होते,

कुणाला मूल हवे होते, कुणाला आजारातून मुक्ती, कुणाला भविष्यात डोकावून पाहायचे होते. लोकांच्या श्रद्धेची कारणे वेगवेगळी होती. पण गंतव्य एकच होते.

महाराज....

एक मध्यमवयीन स्त्री रडत रडत पुढे आली. ती खाली वाकली आणि महाराजांच्या पाया पडली. "महाराज... माझा मुलगा चार वर्षांनी घरी परत आला..." तिच्या डोळ्यांतून अश्रू वाहत होते. "तुम्ही सांगितलं होतं... तो जिवंत आहे... परत येईल..." तिने समोर सोन्याची साखळी ठेवली. महाराजांनी तिच्याकडे पाहिले, क्षणभर, मग मान हलवली.

ना आनंद.

ना अभिमान.

ना समाधान.

फक्त शांतता.

ती स्त्री निघून गेली.

महाराजांचे डोळे पुन्हा गर्दीकडे वळले.

पुढचा.

एक व्यापारी.

पुढची.

एक तरुण मुलगी.

पुढचा.

एक वृद्ध.

प्रत्येक चेहरा.

अगदी बारकाईने.

जणू काहीतरी शोधत.

आणि प्रत्येक वेळी त्यांच्या नजरेत एक सूक्ष्म निराशा उमटत होती. अतिशय क्षणभरासाठी. इतकी सूक्ष्म की इतर कुणाच्याच लक्षात येत नव्हती. पण जवळ उभा असलेला गणेश मात्र ती पाहत होता. गणेश मागच्या वीस वर्षांपासून महाराजांचा शिष्य होता. त्याने हजारो भक्त पाहिले

होते. हजारो चमत्कारांच्या कथा ऐकल्या होत्या. पण एक प्रश्न त्याला नेहमी पडायचा.

महाराज नेमकं कोणाला शोधत होते? कारण तो त्यांना रोज पाहायचा.

प्रत्येक संध्याकाळी.

याच खुर्चीत.

याच अवस्थेत.

याच नजरेने.

लोक त्यांना देव मानत होते.

पण गणेशने त्यांच्या डोळ्यांत अनेकदा भीती पाहिली होती. अशी भीती जी एखाद्या साध्या माणसालाही क्वचितच वाटते. त्या दिवशीही त्याने ती पाहिली.

एक क्षण.

फक्त एक क्षण.

मग ती नाहीशी झाली.

गणेश जवळ गेला.

"महाराज..."

महाराजांनी त्याच्याकडे पाहिलं.

"काय रे?"

"एक विचारू का?"

महाराज हसले.

"विचार."

गणेश काही क्षण थांबला. तो प्रश्न त्याने अनेकदा मनात विचारला होता. पण कधी तोंडावर आणला नव्हता.

"तुम्ही रोज कोणाला शोधता?"

महाराजांच्या चेहऱ्यावरचं हास्य क्षणात विरलं, वारा अचानक थंड झाल्यासारखा वाटला. आजूबाजूचा आवाज दूर गेल्यासारखा भासला. काही सेकंद ते काहीच बोलले नाहीत, मग हळूच म्हणाले "सगळेच कुणाची ना कुणाची वाट पाहत असतात, गणेशा."

"पण तुम्ही?"

महाराजांनी गर्दीकडे पाहिलं.

"मीही."

"कोणाची?"

त्यांच्या ओठांवर एक विचित्र स्मित उमटलं.

थकलेलं.

जड.

वेदनांनी भरलेलं.

"जो येईल... तो स्वतःहून ओळखेल." गणेशला काहीच समजलं नाही, पण तो अधिक काही बोलला नाही. महाराज पुन्हा गर्दीकडे वळले होते जणू संभाषण संपलं होतं. सूर्य आता पूर्णपणे मावळला होता, अंधार हळूहळू पसरत होता. आवारातील दिवे एकामागोमाग एक पेटू लागले, अगरबत्तीचा सुगंध हवेत भरून राहिला, भजनाचा मंद स्वर कुठेतरी सुरू झाला. पण महाराजांच्या मनात मात्र वेगळंच काहीतरी चाललं होतं. त्यांच्या डोळ्यांसमोर एक वेगळीच संध्याकाळ उभी राहिली; पन्नास वर्षांपूर्वीची. त्यावेळी ते या खुर्चीत बसलेले नव्हते, ते गर्दीत उभे होते एक तुटलेला माणूस म्हणून.

हरलेला.

हताश.

निराश आणि त्यांच्या समोर बसलेला होता दुसरा एक वृद्ध. अगदी यांच्यासारखाच, त्याच नजरेचा, त्याच प्रतीक्षेचा. महाराजांच्या बोटांनी

खुर्चीचा हात घट्ट पकडला. आठवण क्षणात नाहीशी झाली, पण तिचा थंड स्पर्श अजूनही मनात होता. त्यांनी डोळे मिटले, आत खोल कुठेतरी एक आवाज कुजबुजला "वेळ जवळ आली आहे..." महाराजांचे शरीर क्षणभर ताठरले. तो आवाज त्यांना परिचित होता, अतिशय परिचित. पन्नास वर्षांपासून रोज ऐकलेला.

कधी कुजबुज.

कधी आदेश.

कधी धमकी. पण आज त्या आवाजात वेगळाच सूर होता, अधीरपणा. जणू कुणीतरी वाट पाहून कंटाळलं होतं. महाराजांनी मनातच उत्तर दिलं.

"मी शोधतोय."

क्षणभर शांतता, मग पुन्हा तोच आवाज.

"लवकर."

महाराजांनी डोळे उघडले. समोर भक्तांची रांग अजूनही संपत नव्हती. शेकडो चेहरे, हजारो इच्छा, लाखो स्वप्नं पण त्यांना हवी होती फक्त एक गोष्ट... एक माणूस, एक योग्य माणूस, ज्याच्याकडे गमावण्यासारखं काही उरलं नसेल. ज्याचं आयुष्य आधीच तुटलं असेल. ज्याला आशेपेक्षा निराशा जास्त परिचित असेल. कारण फक्त असाच माणूस ते ओझं स्वीकारू शकत होता.

ते बंधन.

तो शाप.

ती कैद.

महाराजांनी गर्दीकडे पुन्हा एकदा पाहिलं आणि मग त्यांची नजर एका क्षणासाठी गेटजवळ थांबली. तिथे एक माणूस उभा होता फाटके कपडे, वाढलेली दाढी, थकलेले डोळे आणि चेहऱ्यावर खोलवर कोरलेली हताशा.

तो गर्दीत शिरण्यापूर्वीच नाहीसा झाला. महाराज दचकले, ते पुढे झुकले, पुन्हा पाहिलं, पण तो दिसत नव्हता. काही क्षण ते स्तब्ध बसून राहिले. मग त्यांच्या ओठांवर एक अस्पष्ट स्मित उमटलं, अनेक वर्षांनंतर, कदाचित प्रथमच.

"कदाचित..." ते मनात पुटपुटले "कदाचित तो जवळ आला आहे..."

रात्र पूर्णपणे उतरली होती. आकाशात चंद्र नव्हता. काळ्याकुट्ट अंधारात फक्त ताऱ्यांचे असंख्य बिंदू चमकत होते. बंगल्याच्या आवारात लावलेल्या पिवळसर दिव्यांच्या प्रकाशात भक्तांची रांग हळूहळू कमी होत होती. भजनाचा स्वर मंदावत गेला.

एकामागोमाग एक भक्त महाराजांच्या चरणी नतमस्तक होत होते, आशीर्वाद घेत होते आणि परतत होते. रात्रीचे दहा वाजले तेव्हा शेवटचा भक्तही निघून गेला. आवार रिकामं झालं. काही वेळापूर्वी हजारो आवाजांनी भरलेली जागा आता अस्वस्थ करणाऱ्या शांततेने भरली होती. गणेश आणि इतर काही शिष्य आवराआवरी करत होते. कुणी फुलं गोळा करत होतं, कुणी प्रसादाच्या उरलेल्या ताटल्या उचलत होतं, कुणी देणगीच्या पेट्या आत नेत होतं. पण सर्वांच्या नजरा अधूनमधून महाराजांकडे वळत होत्या. कारण आज काहीतरी वेगळं होतं. महाराज अजूनही त्या खुर्चीत बसलेले होते. नेहमीप्रमाणे उठून आत गेले नव्हते. त्यांची नजर अजूनही मुख्य गेटवर खिळली होती. जणू ते कोणाची वाट पाहत होते.

"गणेशा..."

महाराजांचा आवाज आला.

गणेश लगेच जवळ गेला.

"हो महाराज."

"आज गेटजवळ एक माणूस उभा होता."

गणेशने क्षणभर विचार केला.

"खूप लोक होते महाराज."

"नाही."

महाराज शांतपणे म्हणाले.

"हा वेगळा होता."

त्यांच्या आवाजात काहीतरी असं होतं की गणेशने पुढचा प्रश्न विचारला नाही. काही क्षण शांतता पसरली, मग महाराज उठले. वयामुळे त्यांची पाठ किंचित वाकली होती, पण चालण्यात अजूनही एक वेगळीच स्थिरता होती. ते बंगल्याच्या दिशेने चालू लागले. गणेश त्यांच्या मागोमाग गेला. बंगल्याच्या आत प्रवेश करताच वातावरण बदललं. बाहेरचा धार्मिक उत्साह आणि आतली शांतता यामध्ये खूप फरक होता.

लांब कॉरिडॉर, जुन्या लाकडी खिडक्या. भिंतींवर प्राचीन संतांचे फोटो आणि प्रत्येक कोपऱ्यात पसरलेला एक विचित्र गारवा. गणेशने अनेकदा हा गारवा अनुभवला होता. पण त्याचं कारण त्याला कधी समजलं नव्हतं. महाराज थेट त्यांच्या खोलीत गेले.

खोली साधी होती.

एक लाकडी पलंग.

एक टेबल.

काही पुस्तके आणि भिंतीवर एक मोठा शिवलिंगाचा फोटो. पण खोलीत एक गोष्ट अशी होती ज्याकडे कुणाचंच लक्ष जाऊ नये अशी शिष्यांची सवय झाली होती. खोलीच्या एका कोपऱ्यात एक जड लाकडी दरवाजा होता नेहमी बंद. नेहमी कुलूपबंद आणि त्याची चावी फक्त महाराजांकडे होती. गणेश वीस वर्षे इथे होता. पण त्या दरवाज्याच्या पलीकडे काय आहे हे त्याला माहीत नव्हतं. कुणालाच माहीत नव्हतं. महाराजांनी दरवाज्याकडे एक कटाक्ष टाकला आणि क्षणभर त्यांच्या चेहऱ्यावर भीती उमटली.

खरी भीती.

मग त्यांनी लगेच नजर वळवली.

"तू जा आता."

गणेशने नमस्कार केला आणि बाहेर पडला. दरवाजा बंद झाला, खोलीत शांतता पसरली. महाराज काही क्षण निश्चल उभे राहिले. मग हळूहळू त्या बंद दरवाज्यासमोर जाऊन थांबले. त्यांच्या थरथरणाऱ्या हाताने कुलूपाला स्पर्श केला. अचानक...आतून एक हलका आवाज आला.

टक...

टक...

टक...

जणू कोणीतरी दुसऱ्या बाजूने दरवाजावर नखं आपटत होतं. महाराजांनी डोळे मिटले.

"अजून नाही."

त्यांनी कुजबुजल्यासारखं म्हटलं.

आवाज थांबला.

पण काही क्षणांनंतर एक कुजबुज ऐकू आली.

अगदी अस्पष्ट.

अगदी मंद.

तरीही स्पष्ट.

"वेळ संपत चालली आहे..."

महाराजांच्या कपाळावर घामाचे थेंब उमटले.

"मला माहीत आहे."

"पन्नास वर्षे झाली."

"मला माहीत आहे."

"वारसदार शोध."

आता आवाजात आदेश होता.

धमकी होती.

अधीरपणा होता.

महाराज काही बोलले नाहीत. खोलीतील हवा जड झाली, काही सेकंदांनी सगळं पुन्हा शांत झालं जणू काही घडलंच नव्हतं. पण महाराजांच्या चेहऱ्यावरून रक्त उतरलं होतं. ते थकून पलंगावर बसले. त्यांच्या नजरेसमोर पुन्हा गेटजवळचा तो माणूस आला.

फाटके कपडे.

हरवलेले डोळे.

तुटलेला चेहरा.

अनेक वर्षांपूर्वीचा स्वतःचाच चेहरा. त्यांच्या अंगावर काटा आला.

"तोच असेल का?" त्यांनी स्वतःलाच विचारलं. उत्तर मिळालं नाही.

त्या रात्री त्यांना झोप लागली. पण ती शांत झोप नव्हती.

पुन्हा एकदा तेच स्वप्न त्यांच्या मागे आलं. नेहमीप्रमाणे, पन्नास वर्षांपासून.

त्यांनी स्वतःला एका काळोख्या खोलीत पाहिलं. भिंती दगडी होत्या, खिडकी नव्हती, दरवाजा नव्हता, फक्त अंधार, अमर्याद अंधार. त्या अंधारात कुणीतरी त्यांच्याकडे पाहत होतं. दिसत नव्हतं, पण होतं; नक्की होतं. आणि मग तो आवाज, तोच जुना आवाज. "तू वचन दिलं होतंस."

महाराज मागे सरकले. "मी विसरलो नाही."

"मग अजून इथे का आहेस?"

"मी शोधतोय."

अंधारात हसू घुमलं, ते मानवी नव्हतं. त्या हास्यात आनंद नव्हता, करुणाही नव्हती, फक्त भूक होती, प्रचंड भूक.

"लवकर."

आवाज म्हणाला.

"नाहीतर..."

पुढचे शब्द ऐकण्याआधीच महाराज दचकून जागे झाले. त्यांचा श्वास जोरात चालू होता. संपूर्ण शरीर घामाने भिजलं होतं. खिडकीतून पहाटेचा फिकट प्रकाश आत येत होता. बाहेर पक्ष्यांचे आवाज ऐकू येत होते. नवा दिवस उगवत होता. पण महाराजांच्या मनात एकच विचार होता.

आज.

आज तो पुन्हा येईल का? ते खिडकीपाशी गेले. बाहेर दूरवरचा रस्ता दिसत होता. त्या रस्त्यावरून रोज शेकडो लोक येत असत. आजही येतील..

कुणी आशा घेऊन, कुणी दुःख घेऊन, कुणी लोभ घेऊन.

पण त्या गर्दीत कदाचित एक असा माणूस असेल ज्याचं आयुष्य आधीच संपलं असेल. जो फक्त श्वास घेत असेल, जगणं नाही.

महाराजांच्या ओठांवर एक थकलेलं स्मित उमटलं आणि अनेक वर्षांनंतर प्रथमच त्यांच्या मनात आशेचा एक क्षीण किरण चमकून गेला. त्यांना माहीत नव्हतं...की त्या क्षणी, गावापासून काही किलोमीटर दूर, एका मोडकळीस आलेल्या घरात एक माणूस छताकडे पाहत पडला होता. त्याच्या समोर अर्धी रिकामी दारूची बाटली होती. टेबलावर कर्जाच्या नोटिसा पडल्या होत्या.

भिंतीवर अजूनही त्याच्या कुटुंबाचा जुना फोटो लटकत होता आणि त्याच्या मनात एकच विचार फिरत होता.

"आता सगळं संपवावं."

त्या माणसाचं नाव होतं...

“रवी”

आणि नियतीने त्याच्यासाठी एक वेगळाच मार्ग आधीच ठरवून ठेवला होता.

****

प्रकरण २

रवी छताकडे निर्विकार नजरेने पाहत पडला होता. छतावरचा पंखा बंद होता. गेल्या महिन्याचं वीजबिल भरलं नव्हतं. वीज कापून तीन दिवस झाले होते.

खोलीत उकाडा होता. दारूचा उग्र वास हवेत भरून राहिला होता. टेबलावर रिकाम्या बाटल्या पडल्या होत्या. काही जमिनीवर लोळत होत्या. कोपऱ्यात न धुतलेली भांडी साचली होती. भिंतीवर धुळीचा थर चढला होता. कधीकाळी हसण्या-खेळण्याने भरलेलं ते घर आता एखाद्या सोडून दिलेल्या जागेसारखं दिसत होतं. रवीने डोळे मिटले. पण आठवणींची दारं उघडली आणि तो नकळत भूतकाळात हरवून गेला.

दहा वर्षांपूर्वी...

सगळं किती वेगळं होतं. रवी एका खाजगी कंपनीत वरिष्ठ लेखापाल म्हणून काम करत होता. पगार चांगला होता, लोक त्याचा आदर करायचे. ऑफिसमध्ये त्याचं मत विचारात घेतलं जायचं.

घरात पत्नी मीनल होती.

दोन मुलं होती.

मोठी मुलगी अन्वी.

लहान मुलगा अथर्व.

रवीचं जग त्यांच्याभोवती फिरायचं. रविवार आला की घरात उत्सव असायचा. कधी समुद्रकिनारी फिरायला, कधी चित्रपट, कधी हॉटेलमध्ये जेवण. अन्वी नेहमी त्याच्या खांद्यावर बसायची.

"बाबा, तू सुपरहिरो आहेस."

ती म्हणायची.

रवी हसायचा.

"का बरं?"

"कारण तुला सगळं येतं."

मीनल बाजूला उभी राहून हसायची. त्या क्षणी त्याला वाटायचं हे आयुष्य कायम असंच राहील. पण आयुष्याला कायमस्वरूपी काहीच मान्य नसतं.

एका सोमवारी सकाळी ऑफिसमध्ये पोहोचल्यावर वातावरण विचित्र वाटलं.

सगळे कुजबुजत होते. वरिष्ठ अधिकाऱ्यांचे चेहरे गंभीर होते. दुपारपर्यंत बातमी स्पष्ट झाली. कंपनी मोठ्या आर्थिक संकटात सापडली होती. कर्मचारी कमी करण्याचा निर्णय झाला होता. त्या यादीत रवीचंही नाव होतं. तो हादरला.

पंधरा वर्षे प्रामाणिकपणे काम केल्यानंतर त्याला एका कागदावर सही करून बाहेर पडावं लागलं. त्यादिवशी घरी परतताना त्याला स्वतःच्या पायांवर चालणंही कठीण झालं होतं. मीनलने दार उघडलं. तिच्या चेहऱ्यावरचं हसू पाहून त्याचं हृदय आणखी जड झालं.

"आज एवढे शांत का आहात?"

ती म्हणाली.

रवी काही क्षण बोललाच नाही. मग हातातील फाईल टेबलावर ठेवली.

"नोकरी गेली."

मीनलच्या चेहऱ्यावरचं हसू क्षणात नाहीसं झालं. त्या रात्री दोघेही बराच वेळ जागे होते. पण तेव्हा अजून आशा जिवंत होती.

"तुम्ही हुशार आहात."

मीनल म्हणाली.

"दुसरी नोकरी मिळेल."

रवीनेही तसाच विचार केला. सुरुवातीचे काही महिने त्याने प्रयत्न केले. मुलाखती दिल्या.

फोन केले.

ओळखी वापरल्या. पण प्रत्येक ठिकाणी एकच उत्तर मिळालं.

"आम्ही कळवतो" आणि ते कधीच कळवत नसत. महिने सरत गेले, बँकेतील बचत कमी होत गेली, कर्ज वाढत गेलं. आशा कमी होत गेली.

एका संध्याकाळी तो घरी परतत होता. आणखी एक मुलाखत अपयशी ठरली होती. तो रस्त्याच्या कडेला बसला. समोर दारूचं दुकान होतं. आतून हसण्याचे आवाज येत होते. क्षणभर तो तिथेच उभा राहिला, मग आत गेला.

"एक क्वार्टर."

त्याने म्हटलं.

तो त्याच्या आयुष्यातला पहिला पेग होता आणि अनेकदा पहिली चूकच सर्वात महाग ठरते. त्या रात्री त्याला थोडं हलकं वाटलं. मनातील ताण कमी झाल्यासारखा वाटला.

दुसऱ्या दिवशी पुन्हा.

मग पुन्हा.

मग रोज.

काही महिन्यांतच दारू त्याची गरज बनली.

नंतर सवय आणि मग व्यसन. मीनलला बदल जाणवत होता.

"तुम्ही स्वतःला संपवत आहात."

ती रडत म्हणायची.

"संपवायला काय उरलंय?"

रवी चिडून उत्तर द्यायचा.

"आम्ही आहोत."

"तुम्हाला काय कळतं?"

वाद वाढत गेले... घरातील हसू कमी होत गेलं.. मुलं त्याच्यापासून दूर जाऊ लागली. अन्वी पूर्वीसारखी त्याच्या मांडीवर बसत नव्हती. अथर्व त्याला पाहून घाबरू लागला. हे सगळं पाहूनही रवी बदलू शकला नाही. कारण तो आता स्वतःपासूनच दूर गेला होता. दारूच्या मागोमाग जुगार आला. एका मित्राने ओळख करून दिली.

"एकदा ये."

तो म्हणाला.

रवी गेला.

सुरुवातीला थोडे पैसे जिंकला. त्याला वाटलं नशीब बदलतंय. पण नशीब बदलत नव्हतं, ते त्याची थट्टा करत होतं. काही महिन्यांत त्याने बचतीचा उरलेला पैसा गमावला.

मग दागिने.

मग कर्ज.

मग स्वाभिमान. एक दिवस मीनलने त्याला शांतपणे विचारलं "शेवटचं विचारते. बदलणार आहात?" रवी दारूच्या नशेत होता. "मला शिकवू नकोस." तो ओरडला.

त्या रात्री खूप भांडण झालं.

मुलं रडत होती.

मीनलही रडत होती पण रवीला काही ऐकू येत नव्हतं. त्याच्या डोक्यात फक्त राग होता.

दारू होती आणि स्वतःबद्दलचा तिरस्कार होता. दुसऱ्या दिवशी सकाळी तो उशिरा उठला.

घर शांत होतं.

अस्वाभाविक शांत.

मीनल नव्हती.

मुलं नव्हती.

कपाट अर्धं रिकामं होतं, टेबलावर एक चिठ्ठी होती.

"मी थांबण्याचा खूप प्रयत्न केला. पण आता मुलांसाठी निघते आहे. जेव्हा तुम्हाला स्वतःची किंमत समजेल, तेव्हा कदाचित आमची आठवण येईल."

रवी बराच वेळ ती चिठ्ठी पाहत बसला. पण त्या वेळीही त्याने स्वतःला बदललं नाही. तो आणखी खोल बुडत गेला.

आज...

दोन वर्षांनंतर...

तो त्याच घरात एकटाच पडला होता. भिंतीवर अजूनही कुटुंबाचा फोटो होता.

अन्वी हसत होती, अथर्व त्याच्या गळ्यात पडला होता, मीनल त्यांच्याकडे प्रेमाने पाहत होती. एक पूर्ण कुटुंब... एक पूर्ण आयुष्य... जे आता अस्तित्वात नव्हतं.

रवी उठला, टेबलाजवळ गेला. दारूची बाटली हातात घेतली. पण आज काहीतरी वेगळं होतं. बाटली ओठांपर्यंत नेली.

मग थांबला. त्याला अचानक स्वतःचाच कंटाळा आला.

दारूचा.

अपयशाचा.

एकटेपणाचा.

जगण्याचा.

त्याने खिडकीबाहेर पाहिलं. रात्र गडद होत चालली होती आणि त्याच्या मनात एक काळा विचार आकार घेत होता. कदाचित आता सगळं संपवायची वेळ आली होती. कदाचित यापुढे काहीच उरलं नव्हतं. तो

पुन्हा खुर्चीत बसला. समोर कुटुंबाचा फोटो होता. डोळ्यांतून नकळत अश्रू ओघळले.

कितीतरी महिन्यांनी.

कदाचित वर्षांनी.

"माफ करा..."

तो पुटपुटला. पण खोलीत त्याचं ऐकणारं कुणी नव्हतं. फक्त शांतता होती आणि त्या शांततेच्या पलीकडे... नियती हळूहळू त्याच्याकडे सरकत होती.

त्याला अजून कल्पनाही नव्हती की त्याच्या आयुष्यातील सर्वात काळी रात्र अजून यायची होती आणि त्याच रात्रीनंतर त्याचं आयुष्य कायमचं बदलणार होतं.

****

प्रकरण ३

सकाळचे नऊ वाजले होते, रवी अजूनही जागाच होता. रात्रभर त्याला झोप लागली नव्हती. टेबलावर रिकामी बाटली पडली होती. खिडकीतून आत येणारा सूर्यप्रकाश खोलीतील धूळ स्पष्ट दाखवत होता. हवेत एक कुबट वास भरून राहिला होता. रात्रभर तो एकाच विचारात अडकला होता.

"आता पुढे काय?"

उत्तर नव्हतं.

भविष्य नव्हतं.

आशा नव्हती.

फक्त एक पोकळी होती. त्याच्या नजरा पुन्हा भिंतीवरील फोटोकडे गेल्या.

अन्वी.

अथर्व.

मीनल.

एकेकाळी त्याचं संपूर्ण विश्व. आज फक्त आठवणी.

रवीने डोळे मिटले. क्षणभर त्याला मुलीचा आवाज ऐकल्यासारखा वाटला.

"बाबा..."

तो दचकून उठला. खोली रिकामी होती. आवाज नव्हता पण मनातील वेदना अधिक तीव्र झाली होती. अचानक दारावर टकटक झाली. रवीने चिडून पाहिलं.

"कोण आहे?"

"मी आहे रे. सुरेश."

रवी काही क्षण शांत राहिला. मग दार उघडलं. समोर सुरेश उभा होता. कॉलेजपासूनचा मित्र, अनेक वर्षांचा सोबती. काळाने त्याच्या केसांमध्ये

पांढरेपणा आणला होता, पण चेहऱ्यावरची आपुलकी अजूनही तशीच होती.

सुरेशने घरात पाऊल टाकलं आणि क्षणभर स्तब्ध झाला. घराची अवस्था पाहून त्याच्या डोळ्यांत दुःख उमटलं.

"रव्या..."

तो हळू आवाजात म्हणाला. "काय करून घेतलंस स्वतःचं?"

रवीने कटू हसू केलं.

"जे उरलं होतं तेही संपवलं."

सुरेश काही बोलला नाही तो शांतपणे खुर्चीवर बसला. दोघांमध्ये काही क्षण शांतता पसरली. मग सुरेश म्हणाला, "चल माझ्यासोबत."

"कुठे?"

"सत्संगाला."

रवीने त्याच्याकडे पाहिलं मग मोठ्याने हसला. ते हास्य आनंदाचं नव्हतं, उपहासाचं होतं.

"मी?"

"हो."

"देवाने माझ्यासाठी काय ठेवलंय सांग बरं?"

"माहित नाही."

"मग?"

"कदाचित काहीच नाही. पण घरी बसून तरी काय करणार आहेस?"

रवी गप्प झाला, ह्या प्रश्नाचं उत्तर त्याच्याकडे नव्हतं. सुरेश उठला.

"चल. एकदा ये."

रवीने नकार द्यायचा विचार केला, पण त्याला जाणवलं नकार देण्यासाठीही ऊर्जा लागते आणि ती त्याच्याकडे उरली नव्हती.

"ठीक आहे" तो हळूच म्हणाला. दोन तासांनी ते गावाबाहेरच्या मोठ्या मैदानात पोहोचले. रवीने समोरचं दृश्य पाहिलं आणि थोडा चकित झाला. मैदान माणसांनी भरलं होतं.

हजारो लोक.

स्त्रिया.

पुरुष.

वृद्ध.

तरुण.

मुले.

सर्वांच्या चेहऱ्यावर एक विचित्र उत्सुकता होती. व्यवस्थित मंडप उभारलेला होता. सर्वत्र भगवे झेंडे फडकत होते, मंचावर भजन सुरू होतं. तबल्याचा आवाज हवेत घुमत होता, लोक टाळ्या वाजवत होते. काही जण डोळे मिटून भक्तिभावाने बसले होते. रवीने आजूबाजूला पाहिलं. त्याला हे सगळं अनोळखी वाटत होतं आणि थोडंसं हास्यास्पदही. "हे लोक खरंच विश्वास ठेवतात?" त्याने सुरेशला विचारलं.

"हो."

"कशावर?"

सुरेश हसला.

"आशेवर."

रवी काही बोलला नाही. कारण त्याच्याकडे आशा उरली नव्हती. अचानक गर्दीत हालचाल झाली. लोक उभे राहू लागले. काहींनी हात जोडले. काहींनी जयघोष सुरू केला. "महाराज की जय!"

रवीने मंचाकडे पाहिलं आणि प्रथमच त्याने महाराजांना पाहिलं.

पांढरी शुभ्र दाढी.

भस्माच्या रेषा.

शांत चेहरा.

अर्धमिटलेले डोळे, त्यांच्या भोवती काहीतरी वेगळं होतं. ते नेमकं काय होतं हे रवीला सांगता येत नव्हतं. पण हजारो लोकांमध्येही त्यांच्याकडे दुर्लक्ष करणं अशक्य होतं. महाराज व्यासपीठावर बसले, भजन थांबलं, शांतता पसरली. मग त्यांनी बोलायला सुरुवात केली. त्यांचा आवाज मोठा नव्हता.

पण स्पष्ट होता, स्थिर होता.

"प्रत्येक माणूस सुख शोधतो."

ते म्हणाले.

"पण सुख मिळाल्यावर त्याला टिकवण्याची भीती सुरू होते."

संपूर्ण मंडप शांत झाला.

"आणि दुःख आलं की त्यातून पळण्याचा प्रयत्न सुरू होतो."

रवी अनाहूतपणे ऐकत होता.

"माणूस आयुष्यभर पळत राहतो."

महाराज पुढे म्हणाले "पण स्वतःपासून पळू शकत नाही." हे वाक्य ऐकून रवीच्या छातीत काहीतरी हललं. त्याने नजर खाली केली. कारण तो गेली अनेक वर्षे स्वतःपासूनच पळत होता. सत्संग संपला. लोक महाराजांच्या दर्शनासाठी रांगेत उभे राहिले. रवी बाजूला उभा राहून गर्दीकडे पाहत होता. तेव्हाच त्याचं लक्ष एका वेगळ्या गोष्टीकडे गेलं. लोक महाराजांच्या चरणी पैसे ठेवत होते.

काही नोटांची बंडलं.

काही सोन्याच्या अंगठ्या.

काही साखळ्या.

काही चांदीची भांडी.

देणग्यांचा अक्षरशः ढीग साचत होता. रवीच्या मनात अचानक एक विचार चमकला. एक धोकादायक विचार *"एवढा पैसा..."* त्याची नजर त्या ढिगाकडे खिळली.

"लोक किती मूर्ख आहेत."

त्याच्या मनातलं जुनं काहीतरी पुन्हा जागं झालं.

लोभ.

अनेक महिन्यांनंतर प्रथमच तो स्वतःशीच हसला. *"इथे तर सोन्याची खाण आहे."* सुरेश त्याच्याकडे पाहत होता. "काय विचार करतोस?"

रवीने पटकन नजर वळवली.

"काही नाही."

पण त्याच्या मनात विचार सुरू झाले होते, जर तो इथे राहिला तर? जर महाराजांचा विश्वास संपादन केला तर?

जर...

त्याने तो विचार पूर्ण केला नाही.पण बी पेरलं गेलं होतं. तेवढ्यात गर्दीतून एक वृद्ध स्त्री रडत रडत बाहेर आली. तिच्या चेहऱ्यावर आनंद होता. “महाराज, मला मुलगा झाला” ती म्हणत होती. "महाराजांनी सांगितलं होतं!" तिच्या मागोमाग दुसरा एक व्यापारी येत होता. तोही आनंदाने भरलेला दिसत होता. सर्वत्र महाराजांच्या चमत्कारांच्या कथा ऐकू येत होत्या. रवीला त्यावर विश्वास नव्हता पण एक गोष्ट मात्र स्पष्ट होती, लोकांचा विश्वास खरा होता आणि विश्वास ही जगातील सर्वात मौल्यवान गोष्ट असते. त्याला पैशात बदलता येतं, सत्तेत बदलता येतं, प्रभावात बदलता येतं. रवीच्या मनात एक नवीन योजना आकार घेत होती. त्या वेळी व्यासपीठावर बसलेल्या महाराजांची नजर अचानक त्याच्यावर पडली. रवी दचकला, दोघांची नजर काही क्षण भिडली. एक विचित्र क्षण, जणू महाराज त्याला ओळखत होते जणू ते त्याच्या मनातले विचार वाचत होते.

रवीने नजर चुकवली.

पण पुन्हा वर पाहिलं तेव्हा महाराज अजूनही त्याच्याकडेच पाहत होते. त्यांच्या चेहऱ्यावर ना राग होता.

ना तिरस्कार.

ना आश्चर्य.

फक्त...

एक विचित्र ओळखीची भावना आणि क्षणभर रवीला असं वाटलं की महाराजांच्या डोळ्यांत आशेची एक क्षीण झलक चमकली. जणू अनेक वर्षांपासून हरवलेली एखादी गोष्ट त्यांना अचानक दिसली होती. रवीच्या अंगावर काटा आला. त्याने नजर वळवली. त्याला समजत नव्हतं का. पण त्या नजरेने त्याला अस्वस्थ केलं होतं, खूप अस्वस्थ. त्याला अजून कल्पना नव्हती...की त्या क्षणी त्याच्याकडे पाहणारे डोळे फक्त एका भक्ताकडे पाहत नव्हते, ते त्यांच्या भावी वारसदाराकडे पाहत होते आणि नियतीचं चक्र हळूहळू फिरायला सुरुवात झाली होती.

****

प्रकरण ४

सत्संग संपून तीन दिवस झाले होते पण महाराजांचा चेहरा रवीच्या मनातून जात नव्हता, त्यांचे शब्दही *"माणूस आयुष्यभर पळत राहतो... पण स्वतःपासून पळू शकत नाही."* रवीने अनेकदा स्वतःला समजावण्याचा प्रयत्न केला की त्या वाक्यांचा त्याच्यावर काही परिणाम झालेला नाही.

पण ते खोटं होतं.

परिणाम झाला होता.

मात्र तो अध्यात्माचा नव्हता.

तो लोभाचा होता.

त्या दिवशी त्याने पाहिलेल्या देणग्या अजूनही त्याच्या डोळ्यांसमोर होत्या.

नोटांची बंडलं.

सोन्याच्या साखळ्या.

अंगठ्या.

दानपेट्यांमध्ये भरलेला पैसा आणि सर्वात महत्त्वाचं म्हणजे त्या सगळ्यावर कुणाचंही लक्ष नव्हतं. लोक श्रद्धेने देत होते. आश्रमात शेकडो स्वयंसेवक होते. पण व्यवस्थापनात काही त्रुटी होत्याच. रवीची लेखापालाची नजर त्या सगळ्याकडे वेगळ्याच नजरेने पाहत होती. *"योग्य ठिकाणी शिरकाव करता आला तर..."* विचार अर्धवट राहिला, पण तो त्याच्या मनात रुजला होता.

चौथ्या दिवशी सकाळी तो पुन्हा आश्रमात गेला. यावेळी सुरेशसोबत नव्हता.

एकटाच. मुख्य गेटवर उभ्या असलेल्या स्वयंसेवकाने त्याला ओळखलं.

"दर्शनासाठी आलात?" रवीने क्षणभर विचार केला.

मग म्हणाला, "सेवा करायला आलोय." स्वयंसेवकाने आश्चर्याने त्याच्याकडे पाहिलं.

"पहिल्यांदाच?"

"हो."

"मग गणेशदादांकडे जा." गणेश आश्रमातील मुख्य शिष्यांपैकी एक होता. चाळिशीतला, शांत स्वभावाचा आणि अत्यंत निष्ठावान. रवी त्याच्या समोर जाऊन उभा राहिला. "मला सेवा करायची आहे." गणेशने त्याच्याकडे पाहिलं. रवीच्या कपड्यांवरून, चेहऱ्यावरून आणि डोळ्यांतून त्याची अवस्था स्पष्ट दिसत होती.

"कुठून आलास?"

"इथल्याच गावातून."

"काय करतोस?"

रवी थोडा हसला.

"सध्या काहीच नाही." गणेश काही क्षण शांत राहिला. मग म्हणाला, "ठीक आहे. तिकडे पिण्याच्या पाण्याच्या टाक्या आहेत. त्यांची व्यवस्था कर."

रवीने मान डोलावली.

पहिला दिवस.

पाण्याच्या बादल्या उचलणं, ग्लास भरून देणं, स्वच्छता करणं.

दुसरा दिवस.

चटया अंथरणं, भोजनाच्या रांगा लावणं, आवार झाडणं.

तिसरा दिवस.

संपूर्ण दिवस धावपळ, कुणी सांगेल ते काम, कोणतीही तक्रार नाही, कोणताही प्रश्न नाही. रवी अभिनय करत होता.

पण तो अभिनय इतका नैसर्गिक होता की इतरांना तो खरा वाटू लागला.

एका संध्याकाळी दोन स्वयंसेवक बोलत होते. रवी जवळच काम करत होता.

"नवा माणूस चांगला आहे."

पहिला म्हणाला.

"हो. फार मेहनत करतो."

दुसरा म्हणाला.

रवीच्या ओठांवर एक हलकंसं स्मित उमटलं. लोकांना फसवणं त्याला नवीन नव्हतं. पण यावेळी खेळ मोठा होता, खूप मोठा. पुढील काही आठवड्यांत तो आश्रमात नियमित येऊ लागला. सकाळपासून संध्याकाळपर्यंत, कधी कधी रात्रीपर्यंत. त्याने एक गोष्ट लक्षात घेतली. आश्रमातील बहुतांश लोक खरोखर श्रद्धाळू होते. त्यांच्यासाठी महाराज देवासमान होते. गणेश तर महाराजांचा उल्लेख करतानाही आदराने खाली पाहायचा. इतर शिष्यही तसेच. त्यांना महाराजांबद्दल संशय नव्हता.

प्रश्न नव्हते.

फक्त विश्वास होता. रवीला हे समजत नव्हतं आणि कदाचित म्हणूनच तो त्यांचा वापर करू शकत होता. एक दिवस दुपारी आश्रमातील कार्यालयात गोंधळ उडाला. दानाची नोंद ठेवणारा कर्मचारी आजारी पडला होता. कागदपत्रांचा ढीग टेबलावर पडला होता. कोणालाच व्यवस्थित हिशेब लावता येत नव्हता. रवी काही वेळ तिथे उभा राहून पाहत होता. मग तो पुढे झाला.

"मी मदत करू का?"

गणेशने त्याच्याकडे पाहिलं.

"तुला हिशेब येतो?"

"पूर्वी लेखापाल होतो."

गणेशच्या चेहऱ्यावर आश्चर्य उमटलं.

"खरंच?"

"हो."

"मग बघ." रवी बसला.

फाईल्स उघडल्या.

पावत्या तपासल्या.

अकाऊंट्स जुळवले.

फक्त दोन तासांत त्याने संपूर्ण काम व्यवस्थित करून दिलं, गणेश थक्क झाला "हे तर आमच्या तीन माणसांचं काम होतं." रवीने खांदे उडवले. "सवय आहे." त्या दिवसानंतर त्याच्याकडे पाहण्याची लोकांची नजर बदलली. तो आता फक्त स्वयंसेवक नव्हता, तो उपयोगी माणूस होता.

त्या रात्री गणेशने महाराजांना सगळं सांगितलं, महाराज शांतपणे ऐकत होते.

"नवा मुलगा आहे."

गणेश म्हणाला.

"रवी."

महाराजांच्या डोळ्यांत एक चमक उमटली.

"कसा आहे?"

"खूप काम करतो."

"हं..."

"प्रामाणिक वाटतो."

महाराज काही बोलले नाहीत, काही क्षण ते विचारात पडले. मग हळूच म्हणाले, "लोकांना ओळखायला घाई करू नकोस, गणेशा."

"म्हणजे?"

"कधी कधी सर्वात चांगला मुखवटा सर्वात धोकादायक असतो." गणेश गोंधळला पण त्याने पुढे काही विचारलं नाही.

दुसऱ्या दिवशी सकाळी एक अनपेक्षित घटना घडली. रवी कार्यालयात बसून हिशेब तपासत होता. अचानक कोणीतरी त्याच्या समोर येऊन उभं राहिलं.

त्याने वर पाहिलं.

महाराज.

रवी क्षणात उभा राहिला.

"महाराज!"

महाराज काही बोलले नाहीत. फक्त त्याच्याकडे पाहत राहिले. तीच विचित्र नजर जणू त्याच्या आतपर्यंत पाहणारी.

काही सेकंद.

मग त्यांनी विचारलं, "इथे का आलास?" प्रश्न साधा होता पण उत्तर कठीण होतं. रवी क्षणभर अडखळला. तो खरं सांगू शकत नव्हता.

"पैशासाठी."

हे उत्तर देता आलं नसतं, म्हणून तो म्हणाला, "शांतता शोधायला."

महाराजांच्या ओठांवर क्षीण स्मित उमटलं. जणू त्यांना उत्तर माहीत होतं.

"सापडली?"

रवी गप्प राहिला.

महाराज वळले.

दोन पावलं पुढे गेले. मग थांबले आणि मागे न पाहताच म्हणाले, "स्वतःपासून लपणं खूप कठीण असतं." रवीच्या अंगावर काटा आला. तो स्तब्ध उभा राहिला. कारण त्या एका वाक्याने त्याला असं वाटलं जणू

महाराजांनी त्याच्या मनात डोकावून पाहिलं होतं. दिवस जात होते, रवी आश्रमाचा एक भाग बनत होता. लोक त्याच्यावर विश्वास ठेवू लागले. गणेश त्याच्याकडे जबाबदाऱ्या सोपवू लागला आणि सर्वात महत्त्वाचं म्हणजे महाराज त्याच्याकडे लक्ष देऊ लागले. पण त्याच वेळी काहीतरी विचित्र घडू लागलं होतं. रात्री उशिरा आश्रमात थांबताना रवीला कधी कधी काही अनोखे आवाज ऐकू यायचे, दूर कुठेतरी.

जणू एखाद्या बंद खोलीतून.

कधी कुजबुज.

कधी हलकं हसू.

कधी नखांनी दगड खरवडल्यासारखा आवाज. तो आवाज क्षणात नाहीसा व्हायचा पण प्रत्येक वेळी त्याच्या अंगावर शहारे यायचे. एकदा त्याने गणेशला विचारलं "आश्रमात आणखी कुणी राहातं का?"

"का?"

"तसं काही नाही."

"मग?"

रवीने विषय बदलला. पण त्या रात्री त्याला पुन्हा तोच आवाज ऐकू आला. यावेळी अधिक स्पष्ट.

क्षणभर.

फक्त क्षणभर आणि त्यानंतर हवेत एक विचित्र गारवा पसरला. रवीने आजूबाजूला पाहिलं, कोणी नव्हतं, आश्रम शांत होता पण त्याला प्रथमच जाणवलं या ठिकाणी काहीतरी आहे. असं काहीतरी...जे इतरांना दिसत नाही आणि कदाचित महाराज त्यापासूनच घाबरतात.

****

प्रकरण ५

आश्रमात येऊन रवीला आता जवळजवळ तीन महिने झाले होते. सुरुवातीला तो इथे फक्त एका हेतूने आला होता.

पैसा.

सत्ता.

संधी.

पण काळ जसजसा पुढे सरकत होता, तसतसं त्याच्या मनात काही वेगळे प्रश्न निर्माण होऊ लागले होते. काही असे प्रश्न, ज्यांची उत्तरं त्याला मिळत नव्हती आणि त्या प्रश्नांच्या केंद्रस्थानी होते-

महाराज.

त्या सकाळी आश्रमात नेहमीप्रमाणे गडबड सुरू होती. भक्तांची वर्दळ होती.

कोणी दर्शनासाठी आले होते, कोणी आपल्या अडचणी घेऊन, कोणी आशीर्वादासाठी. रवी कार्यालयात बसून देणग्यांचा हिशेब तपासत होता. तेव्हाच बाहेर अचानक गोंधळ झाला. कुणीतरी मोठ्याने रडत होतं. रवी बाहेर आला. एक वृद्ध माणूस महाराजांच्या पाया पडला होता. त्याच्या डोळ्यांत अश्रू होते.

"महाराज..."

तो थरथरत म्हणाला "तुम्ही सांगितलं होतं... माझा मुलगा परत येईल..." त्याचा आवाज भरून आला "आज तो घरी परत आला." आसपास उभे असलेले लोक भारावून गेले. काहींनी "जय महाराज"चा जयघोष केला. रवी मात्र शांत उभा राहिला. त्याच्या चेहऱ्यावर शंका होती. कारण तो अजूनही चमत्कारांवर विश्वास ठेवत नव्हता.

"योगायोग असेल."

त्याने मनाशी म्हटलं. पण मनात कुठेतरी एक छोटासा प्रश्न जन्माला आला. जर हे सगळं योगायोग नसेल तर? त्या दिवशी दुपारी गणेश आणि रवी आश्रमाच्या मागच्या बाजूला बसले होते. उन्हं सौम्य झाली होती. वारा झाडांच्या पानांतून सळसळत होता. रवी बराच वेळ विचार करत होता. शेवटी त्याने विचारलं, "गणेशा, तुला खरंच वाटतं महाराजांना भविष्य कळतं?"

गणेश हसला.

"वाटत नाही."

"म्हणजे?"

"मला माहीत आहे."

रवीने भुवया उंचावल्या.

"इतका विश्वास?"

"विश्वास नाही. अनुभव."

"कसा?"

गणेश काही क्षण शांत राहिला, मग हळूहळू बोलू लागला "मी इथे आलो तेव्हा माझं वय वीस वर्षांचं होतं."

"मग?"

"माझी आई खूप आजारी होती. डॉक्टरांनी आशा सोडली होती."

रवी लक्ष देऊन ऐकत होता. "मी महाराजांकडे आलो."

"त्यांनी काय केलं?"

"फक्त एवढंच म्हणाले-'तुझी आई अजून पाच वर्षे तुझ्यासोबत राहील.'"

"आणि?"

"ती नेमकी पाच वर्षांनी गेली."

रवी काही बोलला नाही.

"अजूनही तुला योगायोग वाटतो?"

गणेशने विचारलं. रवी उत्तर देऊ शकला नाही. त्या रात्री त्याला पुन्हा तो विचित्र आवाज ऐकू आला. आश्रमात बहुतेक सगळे झोपले होते. घड्याळात रात्रीचे अडीच वाजले होते. रवीला तहान लागल्यामुळे जाग आली. तो पाणी प्यायला बाहेर पडला. कॉरिडॉरमध्ये अंधार होता, फक्त काही मंद दिवे जळत होते. तो परत खोलीकडे जात असताना अचानक त्याला एक आवाज ऐकू आला.

टक...

टक...

टक...

जणू कुणीतरी लाकडावर नखं आपटत होतं.

रवी थांबला.

आवाज पुन्हा आला.

टक...

टक...

टक...

या वेळी अधिक स्पष्ट. त्याने आवाजाच्या दिशेने पाहिलं. कॉरिडॉरच्या शेवटी महाराजांची खोली होती आणि आवाज तिथूनच येत होता. रवीच्या अंगावर शहारे आले. तो सावधपणे पुढे सरकला, पाऊल न पाऊल. आवाज आता थांबला होता. पण वातावरणात एक विचित्र ताण होता. जणू हवा अचानक जड झाली होती. तो महाराजांच्या दाराजवळ पोहोचला. आत पूर्ण शांतता होती.

मग...

त्याला एक कुजबुज ऐकू आली, अगदी मंद... जणू दोन लोक हळू आवाजात बोलत होते. पण शब्द स्पष्ट ऐकू येत नव्हते. रवी अजून जवळ गेला.

तेवढ्यात...

"रवी."

आवाज अचानक मागून आला.

तो दचकला.

मागे वळून पाहिलं.

गणेश उभा होता.

त्याच्या चेहऱ्यावर गंभीर भाव होते. "इथे काय करतो आहेस?"

रवी अडखळला.

"मी... मी फक्त..."

"रात्र खूप झाली आहे."

गणेशचा आवाज थंड होता.

"झोपायला जा."

रवी काही न बोलता निघून गेला. पण त्याच्या मनात आता आणखी प्रश्न निर्माण झाले होते. पुढच्या दिवशी सकाळी तो पुन्हा कामात व्यस्त होता. मात्र त्याचं लक्ष सतत महाराजांकडे जात होतं. त्याला एक गोष्ट जाणवली. महाराज नेहमी लोकांकडे पाहतात. पण कधी कधी अचानक त्यांच्या चेहऱ्यावर भीती उमटते. फक्त क्षणभरासाठी आणि मग ती नाहीशी होते. जणू कुणीतरी त्यांना आठवण करून देत असतं की ते मुक्त नाहीत. काही दिवसांनी आणखी एक विचित्र घटना घडली. आश्रमात एक तरुण आला. त्याच्या हातात त्याच्या पत्नीचा फोटो होता.

तो रडत होता.

"ती तीन महिन्यांपासून बेपत्ता आहे."

तो म्हणाला.

"पोलीस काही करू शकले नाहीत."

महाराजांनी फोटो हातात घेतला, काही सेकंद त्याकडे पाहिलं, मग डोळे मिटले. संपूर्ण सभागृह शांत झालं. महाराजांनी डोळे उघडले आणि शांतपणे म्हणाले,

"तुझी पत्नी जिवंत आहे."

तो तरुण थरथरला.

"कुठे?"

महाराज काही क्षण शांत राहिले. मग म्हणाले, "पश्चिमेकडे. नदीजवळ."

बस.

एवढंच.

दोन आठवड्यांनंतर तोच तरुण पुन्हा आश्रमात आला. यावेळी त्याच्या डोळ्यांत आनंदाश्रू होते. त्याने महाराजांच्या पाया पडत सांगितलं, त्याची पत्नी सापडली होती.

जिवंत.

एका नदीकाठी असलेल्या गावात. संपूर्ण आश्रमात कुजबुज सुरू झाली. रवीच्या पोटात गोळा आला. हे योगायोग म्हणणं आता कठीण होतं, खूप कठीण. त्या रात्री तो झोपू शकला नाही. त्याच्या मनात एकच विचार फिरत होता.

"महाराजांना हे कसं कळतं?"

भविष्य.

घटना.

हरवलेली माणसं.

अचूक माहिती.

हे नेमकं काय होतं?

अध्यात्म?

सिद्धी?

की काहीतरी वेगळंच?

दुसऱ्या दिवशी संध्याकाळी तो एकटा आश्रमाच्या मागच्या भागात फिरत होता. तिथे फारसं कोणी जात नसे. जुन्या झाडांनी वेढलेला तो भाग कायम शांत असायचा. तेवढ्यात त्याच्या नजरेस एक छोटी दगडी इमारत पडली. त्याने यापूर्वी ती पाहिली नव्हती. इमारत लहान होती, जुनाट होती आणि पूर्णपणे बंद होती. तिच्या भोवती कुठलीही हालचाल नव्हती. जणू ती जागा मुद्दाम विसरली गेली होती. रवी जवळ गेला, दारावर गंजलेलं कुलूप होतं. भिंतींवर शेवाळ चढलं होतं. तो दाराला हात लावणार इतक्यात-

"तिथे जाऊ नकोस."

आवाज मागून आला. रवीने मागे वळून पाहिलं, महाराज उभे होते. पहिल्यांदाच त्यांचा आवाज कठोर वाटत होता.

"का?"

रवीच्या तोंडून नकळत निघालं. महाराज काही क्षण त्याच्याकडे पाहत राहिले.

मग म्हणाले, "काही दारं बंद असलेलीच चांगली." त्या वाक्यात काहीतरी होतं. असं काहीतरी... ज्यामुळे रवीच्या अंगावर पुन्हा काटा आला. महाराज वळले आणि निघून गेले. रवी मात्र त्या बंद इमारतीकडे पाहत राहिला. त्याच्या मनात आता खात्री निर्माण झाली होती. आश्रमात एक रहस्य दडलं होतं. मोठं रहस्य आणि त्या रहस्याचा संबंध महाराजांच्या शक्तींशी होता.

त्या रात्री उशिरा महाराज त्यांच्या खोलीत एकटे बसले होते. समोर दिवा तेवत होता. त्यांच्या चेहऱ्यावर खोल चिंता होती, अचानक खोलीतील हवा थंड झाली.

गार.

अस्वाभाविक.

महाराजांनी डोळे मिटले; त्यांना माहीत होतं. तो आला होता.

आवाज न येताही त्याची उपस्थिती जाणवत होती. मग कुजबुज ऐकू आली.

"तो जवळ येतो आहे..."

महाराजांनी उत्तर दिलं नाही.

"तुला तो दिसला आहे."

शांतता.

"तो योग्य आहे."

महाराजांनी हळूच डोळे उघडले. खिडकीबाहेर अंधार होता. त्यांच्या चेहऱ्यावर वेदना उमटली.

"अजून वेळ आहे."

ते कुजबुजले आणि लगेच त्या अंधारात एक मंद, भयानक हास्य घुमलं.

"नाही."

आवाज म्हणाला.

"आता वेळ संपत चालली आहे." महाराजांनी मान खाली घातली, कारण त्यांनाही माहीत होतं- नियतीचं चक्र पुन्हा फिरायला लागलं होतं आणि त्याच्या केंद्रस्थानी आता रवी उभा होता.

****

प्रकरण ६

त्या दिवसानंतर रवी बदलला. बाहेरून पाहिलं तर तो पूर्वीसारखाच होता. आश्रमातील कामं करत होता, हिशेब सांभाळत होता, भक्तांशी नम्रपणे वागत होता. गणेश आणि इतर शिष्यांशी मिसळत होता. पण आतून मात्र काहीतरी बदललं होतं. आता त्याला पैशांपेक्षा एका वेगळ्याच गोष्टीचं आकर्षण वाटू लागलं होतं.

रहस्याचं.

महाराजांच्या शक्तीचं आणि त्या बंद दगडी इमारतीचं. रात्रंदिवस एकच प्रश्न त्याच्या मनात फिरत होता.

"महाराजांना हे सगळं कसं कळतं?"

हरवलेली माणसं, भविष्यात घडणाऱ्या घटना. लोकांच्या आयुष्यातील अचूक गोष्टी. हे साध्या बुद्धीने समजावून सांगता येण्यासारखं नव्हतं आणि जितका तो विचार करत होता तितकी त्याची उत्सुकता वाढत होती. एका संध्याकाळी सत्संग संपल्यानंतर महाराज नेहमीप्रमाणे बंगल्याच्या समोरच्या खुर्चीत बसले होते. सूर्यास्ताचा केशरी प्रकाश त्यांच्या चेहऱ्यावर पडला होता. आकाशात पक्ष्यांचे थवे परतत होते. आश्रमातील बहुतेक लोक निघून गेले होते. फक्त काही शिष्य उरले होते, रवी दूर उभा राहून त्यांच्याकडे पाहत होता. महाराजांची नजर पुन्हा एकदा गर्दीत काहीतरी शोधत होती. तो आता हा भाव ओळखायला शिकला होता.

ती प्रतीक्षा होती.

पण कोणाची?

का?

आणि किती वर्षांपासून?

रवीने खोल श्वास घेतला.

मग पुढे गेला.

"महाराज..."

महाराजांनी त्याच्याकडे पाहिलं.

"हो रवी?"

"एक प्रश्न विचारू?"

त्यांच्या चेहऱ्यावर हलकंसं स्मित उमटलं.

"तू तर खूप प्रश्न विचारतोस."

रवीही हसला.

"हा शेवटचा समजा."

महाराज काही क्षण शांत राहिले.

मग म्हणाले,

"विचार."

रवी त्यांच्या समोर बसला. क्षणभर तो शब्द शोधत राहिला. मग थेट विचारलं "तुम्हाला भविष्य कसं कळतं?" आजूबाजूला बसलेल्या दोन-तीन शिष्यांनी एकमेकांकडे पाहिलं. असा प्रश्न फार कमी लोक विचारायचे. पण महाराजांच्या चेहऱ्यावर काहीच बदल झाला नाही. ते शांतपणे क्षितिजाकडे पाहत राहिले.

काही क्षण.

मग म्हणाले,

"तुला काय वाटतं?"

"मला माहीत नाही."

रवी म्हणाला.

"पण इतके योगायोग असू शकत नाहीत."

महाराज हलकेच हसले.

"योगायोग ही जगातील सर्वात मोठी आंधळी श्रद्धा आहे."

रवी गप्प झाला.

"मग सत्य काय आहे?"

या वेळी महाराजांनी थेट त्याच्या डोळ्यांत पाहिलं.

"जर मी सांगितलं तर विश्वास ठेवशील?"

"प्रयत्न करेन."

महाराज काही क्षण विचारात पडले.

मग हळूहळू म्हणाले,

"काही गोष्टी कमावलेल्या नसतात."

"म्हणजे?"

"त्या दिलेल्या असतात."

रवीच्या भुवया उंचावल्या.

"कोण देतं?"

महाराजांच्या चेहऱ्यावरचं स्मित हळूहळू नाहीसं झालं. वातावरण अचानक गंभीर झालं.

"तो चुकीचा प्रश्न आहे."

"मग योग्य प्रश्न कोणता?"

महाराजांचा आवाज मंद झाला.

"त्याची किंमत काय असते?"

रवी काही क्षण स्तब्ध बसून राहिला. त्याला जाणवलं संभाषण एका अशा दिशेने जात होतं जिथे महाराज फार क्वचित जात असतील. त्याने सावधपणे विचारलं,

"किंमत?"

"हो."

महाराज म्हणाले.

"या जगात मोफत काहीच मिळत नाही."

वारा हलकेच वाहून गेला. झाडांची पानं सळसळली. महाराजांचा चेहरा अचानक खूप वृद्ध वाटू लागला.

"शक्ती मिळते."

ते पुढे म्हणाले.

"लोकांचा आदर मिळतो."

"भविष्य दिसतं."

"लोक तुला संत मानतात."

"पण प्रत्येक गोष्टीची किंमत असते."

रवीच्या मनात प्रश्नांची गर्दी झाली.

"तुम्ही किंमत दिलीत?"

महाराज हसले पण त्या हास्यात आनंद नव्हता, फक्त थकवा होता.

"पन्नास वर्षे देतो आहे."

हे ऐकून रवीच्या अंगावर काटा आला.

"पन्नास वर्षे?"

तो हळू आवाजात म्हणाला.

महाराजांनी मान हलवली.

"कधी कधी एखादा क्षण असा असतो की माणूस चुकीचा निर्णय घेतो."

"आणि मग त्या एका निर्णयाची किंमत संपूर्ण आयुष्यभर भरतो."

रवी आता पूर्णपणे लक्ष देऊन ऐकत होता.

"तुम्ही काय केलं होतं?"

महाराज काही बोलले नाहीत. त्यांनी नजर पुन्हा मावळत्या सूर्याच्या दिशेने वळवली. काही क्षण शांतता पसरली. मग ते म्हणाले, "तू अजून तरुण आहेस."

रवी कटू हसला.

"माझ्यासाठी तरुण हा शब्द थोडा उशिरा आलाय."

"नाही."

महाराज म्हणाले.

"तुला अजून संधी आहे."

"कशाची?"

"मागे फिरण्याची."

रवी गोंधळला.

"मला समजत नाही."

महाराजांनी त्याच्याकडे पाहिलं आणि प्रथमच त्यांच्या डोळ्यांत भीती स्पष्ट दिसली.

खरी भीती.

"काही दारं उघडू नयेत."

ते म्हणाले.

"कारण ती बंद करण्याची ताकद नंतर उरत नाही."

त्या रात्री रवी झोपू शकला नाही. महाराजांचे शब्द त्याच्या डोक्यात फिरत राहिले.

"किंमत..."

"पन्नास वर्षे..."

"काही दारं उघडू नयेत..."

तो स्वतःशीच विचार करत राहिला. जर महाराज फसवत असतील तर त्यांना भीती का वाटते? जर हे सगळं नाटक असेल तर ते एवढे त्रस्त का दिसतात? आणि सर्वात महत्त्वाचं त्यांना नेमकं कशाची भीती वाटते? पुढील काही दिवस तो अधिक निरीक्षण करू लागला आणि त्याला एक गोष्ट जाणवली, महाराज आनंदी नव्हते. लोक त्यांना देवासारखा मान देत होते, त्यांच्याकडे संपत्ती होती, मान-सन्मान होता, हजारो अनुयायी होते पण ते आनंदी नव्हते.

जणू ते एखाद्या अदृश्य कैदेत जगत होते. एके रात्री रवी कार्यालयात काही कागदपत्रं तपासत बसला होता. घड्याळात बारा वाजून गेले होते. सगळीकडे शांतता होती. तेवढ्यात त्याला बाहेर हालचाल जाणवली. त्याने खिडकीतून पाहिलं, महाराज एकटेच चालत होते. आश्रमाच्या मागच्या दिशेने, त्या जुन्या दगडी इमारतीकडे. रवीच्या मनात उत्सुकता जागी झाली. तो सावधपणे त्यांच्या मागे गेला.

अंधार होता.

चंद्र ढगांआड गेला होता. महाराज त्या इमारतीसमोर जाऊन थांबले. त्यांनी खिशातून एक जुनी चावी काढली. दाराचं कुलूप उघडलं आणि आत गेले. रवी दूर झाडामागे लपून उभा होता. त्याचं हृदय जोरात धडधडत होतं.

काही क्षणांनी...

आतून मंद आवाज ऐकू यायला लागले.

महाराजांचा.

आणि...

आणखी कोणाचातरी.

रवीचा श्वास अडकला, कारण इमारतीत दुसरं कुणी नव्हतं, असायला नको होतं. पण स्पष्टपणे दोन आवाज होते.

एक महाराजांचा.

दुसरा खोल.

जड.

अस्वाभाविक.

जणू एखाद्या गुहेच्या तळातून येत होता. रवी शब्द ऐकण्याचा प्रयत्न करू लागला पण अंतर खूप होतं. त्याला फक्त तुटक आवाज ऐकू आले.

"...वेळ..."

"...लवकर..."

"...तो..."

"...तयार..."

अचानक सगळं शांत झालं. मग दार उघडलं. महाराज बाहेर आले. त्यांच्या चेहऱ्यावर प्रचंड थकवा होता. जणू काही क्षणांत ते अनेक वर्षांनी म्हातारे झाले होते. ते निघून गेले. रवी बराच वेळ तिथेच उभा राहिला. त्याच्या मनात आता एकच विचार होता. तो आवाज कोणाचा होता? दुसऱ्या दिवशी सकाळी त्याने थेट प्रश्न विचारायचं ठरवलं. तो महाराजांच्या खोलीत गेला.

महाराज एकटे बसले होते. जणू त्यांचीच वाट पाहत होते. रवी काही क्षण शांत उभा राहिला.

मग म्हणाला,

"महाराज..."

"हो."

"मला सत्य जाणून घ्यायचं आहे."

महाराजांनी डोळे मिटले. जणू त्यांनी हा क्षण खूप आधीच पाहिला होता.

"कोणतं सत्य?"

"तुमच्या शक्तीचं."

"त्या इमारतीचं."

"आणि त्या आवाजाचं."

खोलीत शांतता पसरली.

दीर्घ.

अस्वस्थ करणारी.

महाराजांनी हळूहळू डोळे उघडले. त्यांच्या नजरेत वेदना होती आणि एक निर्णय.

"जर मी तुला मार्ग दाखवला..."

ते शांतपणे म्हणाले,

"तर मागे फिरण्याची संधी उरणार नाही."

रवीचा श्वास जड झाला.

पण त्याची उत्सुकता आता भीतीपेक्षा मोठी झाली होती.

"मी तयार आहे."

महाराज बराच वेळ त्याच्याकडे पाहत राहिले. जणू त्याच्या आत्म्याचं वजन गोजत होते. मग त्यांनी मान हलवली.

अतिशय हळू.

"ठीक आहे."

ते म्हणाले.

"पण त्याआधी तुला स्वतःला सिद्ध करावं लागेल."

"कसं?"

महाराजांच्या चेहऱ्यावर पुन्हा तेच दुःखी स्मित उमटलं.

"अंधारात उतरून." आणि त्या क्षणी नियतीने पुढचं दार उघडलं.

****

प्रकरण ७

रवी त्या रात्री झोपला नाही. महाराजांचे शब्द त्याच्या कानात सतत घुमत होते.

"अंधारात उतरून..."

तो आपल्या छोट्याशा खोलीत बसून पहाट होण्याची वाट पाहत होता. मनात भीती होती. पण त्या भीतीपेक्षा मोठी होती उत्सुकता. गेल्या काही महिन्यांपासून तो ज्या रहस्याभोवती फिरत होता, त्याचं दार आता उघडणार होतं आणि आयुष्यात प्रथमच त्याला असं वाटत होतं की तो एखाद्या अदृश्य प्रवाहात वाहत चालला आहे. जणू कुणीतरी त्याला पुढे ढकलत होतं. सकाळी सूर्योदयाच्या आधीच महाराजांनी त्याला बोलावलं. आश्रम अजून झोपेत होता. फक्त पक्ष्यांचे आवाज ऐकू येत होते. हवेत गारवा होता. महाराज नेहमीप्रमाणे शांत दिसत होते. पण त्यांच्या डोळ्यांत अस्वस्थता होती.

"चल."

ते एवढंच म्हणाले. रवी त्यांच्या मागे निघाला. दोघे आश्रमाच्या मागच्या बाजूने चालत गेले. झाडांच्या दाट सावल्यांमधून, निर्जन वाटेने आणि शेवटी ते त्या जुन्या दगडी इमारतीसमोर येऊन थांबले. तीच इमारत, तीच बंद जागा जिच्याबद्दल कुणी बोलत नव्हतं. पहाटेच्या फिकट प्रकाशात ती इमारत आणखी भयानक दिसत होती. भिंतींवर काळपट शेवाळ होतं. दगडांमध्ये तडे गेले होते. छपरावर वेली पसरल्या होत्या. जणू ती इमारत जिवंत होती आणि अनेक वर्षांपासून शांतपणे कोणाची तरी वाट पाहत होती. महाराजांनी खिशातून चावी काढली. कुलूप उघडलं. दार कर्कश आवाज करत उघडलं. आत पूर्ण अंधार होता. रवीने नकळत श्वास रोखला.

एक विचित्र वास बाहेर आला, ओलसर दगडांचा, जुन्या धुपाचा आणि आणखी कशाचा तरी ज्याला नाव देता येत नव्हतं.

"आत ये."

महाराज म्हणाले.

रवी आत गेला.

दाराच्या पलीकडे एक अरुंद मार्ग होता.

दगडी भिंती.

थंड हवा.

छतावरून टपकणारं पाणी.

काही अंतर चालल्यानंतर ते एका लहान खोलीत पोहोचले. रवी थबकला.

खोली अतिशय साधी होती.

दगडी भिंती.

जमिनीवर एक चटई.

एका कोपऱ्यात मातीचा घडा आणि समोर भिंतीवर लाल रंगाने काढलेलं एक विचित्र चिन्ह. ते चिन्ह पाहताच रवीच्या छातीत अस्वस्थता निर्माण झाली.

ते एखाद्या प्राचीन भाषेतील अक्षरासारखं दिसत होतं. पण त्यात काहीतरी जिवंत असल्यासारखं वाटत होतं. क्षणभर त्याला भास झाला की ते हललं.

तो दचकला.

पुन्हा पाहिलं.

ते स्थिर होतं.

महाराज त्याच्याकडे वळले.

"इथून पुढे नीट ऐक."

त्यांचा आवाज नेहमीपेक्षा गंभीर होता.V"आता जे सांगतो ते एकदाच सांगणार आहे." रवीने मान डोलावली. महाराजांनी आपल्या वस्त्राच्या

घडीतून एक छोटी कागदाची पट्टी काढली. त्यावर काही ओळी लिहिल्या होत्या.

एक मंत्र.

अनोळखी शब्द.

रवीने असे शब्द कधीच ऐकले नव्हते.

"हा जप."

महाराज म्हणाले.

"सतत म्हणायचा."

"किती दिवस?"

"जितके लागतील."

"म्हणजे?"

"जोपर्यंत तो येत नाही."

रवीच्या अंगावर शहारे आले.

"तो कोण?"

महाराज काही क्षण गप्प राहिले, मग म्हणाले,

"ज्याला तू शोधतो आहेस."

रवीने खोल श्वास घेतला.

"मला काय करावं लागेल?"

"बसायचं."

"आणि?"

"जप करायचा."

"आणखी काही?"

महाराजांनी त्याच्याकडे पाहिलं.

"नाही."

"हे इतकंच?"

रवीच्या प्रश्नावर महाराजांच्या ओठांवर कटू हास्य उमटलं.

"तुला वाटतंय हे सोपं आहे?"

त्यांच्या डोळ्यांत अचानक एक विचित्र वेदना चमकून गेली.

"पंधरा दिवस अंधारात राहून बघ."

"एकटं."

"भुकेलं."

"स्वतःच्या मनासोबत."

"मग समजेल."

महाराजांनी घड्याकडे बोट दाखवलं.

"पहिले तीन दिवस तुला थोडं अन्न मिळेल."

"नंतर?"

"फक्त पाणी."

रवीचा चेहरा पडला.

"पंधरा दिवस?"

"कदाचित कमी."

"कदाचित जास्त."

"हे तुझ्यावर अवलंबून आहे."

क्षणभर शांतता पसरली.

मग महाराजांनी शेवटचा प्रश्न विचारला.

"अजूनही तयार आहेस?"

रवीच्या मनात हजारो विचार आले.

भीती.

शंका.

अस्वस्थता.

पण त्याच्या आतला हट्टीपणा अधिक बलवान होता. गेल्या काही महिन्यांत त्याने या रहस्याच्या इतक्या जवळ येऊन आता मागे फिरणं शक्य नव्हतं.

"हो."

तो म्हणाला.

"मी तयार आहे."

महाराजांनी हळूहळू मान डोलावली. पण त्यांच्या चेहऱ्यावर आनंद नव्हता.

उलट... जणू एखाद्या मृत्युदंडाची शिक्षा ऐकवणाऱ्या माणसाचा चेहरा होता.

ते वळले.

दाराकडे चालू लागले.

मग थांबले.

मागे न पाहताच म्हणाले,

"आणखी एक गोष्ट."

रवी शांत उभा राहिला.

"तुला जे दिसेल त्यावर विश्वास ठेवू नकोस."

"आणि जे ऐकू येईल त्याला उत्तर देऊ नकोस."

रवीच्या अंगावर पुन्हा काटा आला.

"का?"

महाराजांनी उत्तर दिलं नाही.

फक्त म्हणाले-

"मनुष्याचा सर्वात मोठा शत्रू बाहेर नसतो."

"तो आत असतो."

दार बंद झालं.

जड आवाज झाला.

मग बाहेरून कुलूप लागलं.

आणि...

रवी एकटा राहिला.

पूर्णपणे एकटा.

पहिल्या काही तासांत काही विशेष घडलं नाही. तो चटईवर बसून मंत्र म्हणत राहिला. सुरुवातीला त्याला हे अगदी सोपं वाटलं.

"इतकंच?"

तो मनात म्हणाला.

"यासाठी एवढी भीती?"

पण वेळ हळूहळू सरकत गेला. खोलीत खिडकी नव्हती, प्रकाश नव्हता. दिवस आणि रात्र यातील फरक समजत नव्हता. वेळेची जाणीव हळूहळू विरघळू लागली.

पहिला दिवस संपला.

महाराजांनी दार उघडून एक सफरचंद आणि पाण्याचा लोटा दिला. एकही शब्द न बोलता. मग पुन्हा दार बंद झालं.

दुसरा दिवस.

रवीला कंटाळा यायला लागला. मन भरकटू लागलं. जप करताना अचानक वेगवेगळे विचार डोक्यात येऊ लागले.

मीनल.

अन्वी.

अथर्व.

त्याचं जुनं आयुष्य.

त्याच्या चुका.

त्याचं अपयश.

ज्या आठवणी तो वर्षानुवर्षे दारूमध्ये बुडवण्याचा प्रयत्न करत होता त्या आता एकामागोमाग एक वर येत होत्या.

तिसऱ्या दिवशी त्याने प्रथमच रडायला सुरुवात केली. कारण त्याला मुलांचा चेहरा आठवला.

अगदी स्पष्ट.

जणू ते त्याच्या समोर उभे होते.

"बाबा..."

अन्वीचा आवाज; रवी दचकून उठला. आजूबाजूला पाहिलं कोणी नव्हतं. फक्त अंधार आणि त्याचा स्वतःचा धापा टाकणारा श्वास.

चौथ्या दिवशी अन्न बंद झालं.

फक्त पाणी.

भूक असह्य होऊ लागली. पोटात आकडी येत होती, डोकं दुखत होतं, शरीर अशक्त होत होतं पण मंत्र सुरूच होता.

सहाव्या दिवशी त्याला भिंतींवर कुजबुज ऐकू यायला लागली. सुरुवातीला मंद.

मग स्पष्ट.

जणू अनेक लोक एकाच वेळी बोलत होते. पण शब्द समजत नव्हते. रवीने डोळे घट्ट मिटले आणि मंत्र सुरू ठेवला.

आठव्या दिवशी त्याला वाटलं तो वेडा होतो आहे. कारण त्याने भिंतीवरचं चिन्ह हलताना पाहिलं. ते हळूहळू श्वास घेत असल्यासारखं वाटत होतं.

जिवंत.

स्पंदनशील.

रवीने डोळे चोळले.

पुन्हा पाहिलं.

ते स्थिर होतं.

पण त्याच्या मनात शंकेचं बी पेरलं गेलं होतं.

दहाव्या दिवशी त्याला एक आवाज ऐकू आला.

स्पष्ट.

जवळून.

"रवी..."

त्याचं हृदय थांबल्यासारखं झालं.

तो उभा राहिला.

आवाज पुन्हा आला.

"रवी..."

तो मीनलचा आवाज होता.

अगदी तसाच.

रवीच्या डोळ्यांत पाणी आलं.

"मीनल?"

तो पुटपुटला.

क्षणभर शांतता.

मग महाराजांचे शब्द आठवले *"जे ऐकू येईल त्याला उत्तर देऊ नकोस."*

त्याने तोंड बंद केलं आणि मंत्र सुरू ठेवला.

बाराव्या दिवशी त्याला वाटलं तो मरत आहे. शरीर कमकुवत झालं होतं. ओठ फुटले होते. डोळे खोल गेले होते.

तो कधी झोपत होता, कधी जागा असायचा, हेही त्याला कळत नव्हतं.

पण मंत्र थांबला नव्हता, एक क्षणासाठीही नाही.

पंधराव्या दिवशी...

काहीतरी बदललं.

अचानक.

स्पष्ट.

भयानक.

खोलीतील हवा जड झाली. तापमान खाली उतरलं. इतकं की रवीच्या श्वासातून धूर बाहेर पडू लागला. मंत्र म्हणताना त्याचा आवाज थरथरू लागला.

मग...

पूर्ण शांतता.

कुजबुज नाही.

भास नाहीत.

काहीच नाही.

फक्त एक जड, दाबून टाकणारी उपस्थिती. जणू खोलीत अचानक कुणीतरी आलं होतं.

कुणीतरी...

जे मनुष्य नव्हतं.

रवीचा श्वास अडकला.

त्याच्या कपाळावर थंड घाम फुटला.

तो हलू शकत नव्हता.

आणि मग...

अंधारातून एक आवाज उमटला.

खोल.

जड.

अमानवी.

जणू पृथ्वीच्या गर्भातून येत होता.

"तू... टिकलास..." रवीचे डोळे विस्फारले. त्याच्या आयुष्यातील सर्व भीती त्या एका क्षणात जागी झाली. पण आता मागे फिरणं शक्य नव्हतं.

कारण...

तो आला होता.

****

प्रकरण ८

अंधार.

पूर्ण, गडद, गिळून टाकणारा अंधार. रवीचा श्वास वेगाने चालू होता. त्याला स्वतःच्या हृदयाचे ठोके कानात घुमताना ऐकू येत होते. खोलीत काहीच दिसत नव्हतं. पण आता त्याला खात्री होती तो एकटा नव्हता, कुणीतरी तिथे होतं.

अदृश्य.

पण उपस्थित जणू त्या अंधारानेच आकार घेतला होता.

"तू... टिकलास..."

तोच आवाज पुन्हा घुमला.

खोल.

जड.

अमानवी.

रवीच्या पाठीवरून थंड शिरशिरी गेली. त्याने बोलण्याचा प्रयत्न केला पण शब्द घशातच अडकले. आवाज पुन्हा आला, यावेळी अधिक स्पष्ट.

"पंधरा दिवस..."

"भूक..."

"एकटेपणा..."

"भीती..."

"बहुतेक जण तुटतात."

"तू तुटला नाहीस."

रवीने कसाबसा आवाज काढला.

"तू... कोण आहेस?"

काही क्षण शांतता पसरली, मग अंधारात मंद हास्य घुमलं. ते हास्य मानवी नव्हतं, त्यात आनंद नव्हता, उपहासही नव्हता. फक्त एक विचित्र, प्राचीन थंडावा होता. "तुझ्या भाषेत मला नाव नाही."

आवाज म्हणाला.

"पण अनेक युगांपासून लोक मला वेगवेगळ्या नावांनी ओळखतात."

"राक्षस."

"यक्ष."

"पिशाच."

"छाया."

"रक्षक."

"शाप."

"सत्य यापैकी कोणतंच नाही."

रवीच्या अंगावर काटा आला.

हळूहळू त्याला खोलीतील अंधार बदलताना जाणवला. तो एका ठिकाणी गोळा होऊ लागला. जणू काळा धूर एकवटत होता.

आणि मग...

त्याने ते पाहिलं.

एक अस्पष्ट आकृती.

पूर्णपणे दिसत नव्हती.

तिची निश्चित सीमा नव्हती.

क्षणोक्षणी आकार बदलत होता.

कधी उंच.

कधी लहान.

कधी मानवी.

कधी अमानवी.

जणू डोळ्यांना जे समजत नाही ते पाहण्याचा प्रयत्न करत होते. रवीने नकळत नजर वळवली. त्याला त्या आकृतीकडे जास्त वेळ पाहवत नव्हतं.

"घाबरतोस?"

आवाजाने विचारलं.

रवीने उत्तर दिलं नाही.

कारण उत्तर स्पष्ट होतं.

तो घाबरला होता.

आयुष्यात कधीच न घाबरल्याइतका.

"चांगलं आहे."

आवाज म्हणाला.

"जो भीती विसरतो तो मूर्ख बनतो."

क्षणभर शांतता पसरली, मग आवाज पुन्हा बोलू लागला.

"तू इथे का आलास, रवी ?"

रवीने ओठ चावले.

"मला सत्य हवं होतं."

"खोटं."

आवाज तत्काळ म्हणाला.

रवी दचकला.

"मला शक्ती हवी होती."

"अर्धसत्य."

खोलीतील हवा आणखी थंड झाली "मला आयुष्य बदलायचं होतं."

यावेळी काही क्षण शांतता राहिली. मग आवाज म्हणाला, "हे सत्याच्या जवळ आहे."

आकृती थोडी पुढे सरकली. रवीला अचानक स्वतःच्या आयुष्याची दृश्यं दिसू लागली.

मीनल.

मुलं.

दारू.

जुगार.

अपयश.

रिकामं घर.

एकटेपणा.

सगळं.

जणू कुणीतरी त्याच्या स्मृती उघडून पाहत होतं.

"तू तुटलेला आहेस."

आवाज म्हणाला.

"हो."

रवी पुटपुटला.

"तुझ्याकडे गमावण्यासारखं फारसं उरलेलं नाही."

रवी गप्प राहिला.

"म्हणूनच तू इथे आहेस."

त्या वाक्याने त्याच्या छातीत काहीतरी हललं.

कारण ते सत्य होतं.

पूर्ण सत्य.

जर त्याचं आयुष्य परिपूर्ण असतं तर तो कधीच या अंधारात आला नसता. कधीच नाही.

"आता ऐक."
आवाज गंभीर झाला.
"तुला निवड दिली जाईल."
"कुठली निवड?"
"शक्ती."
रवीचा श्वास जड झाला.
"कशी शक्ती?"
अंधारात पुन्हा ते मंद हास्य उमटलं.
"लोकांच्या डोळ्यांना न दिसणारं पाहण्याची."
"घटना घडण्याआधी जाणण्याची."
"मानसांच्या मनात डोकावण्याची."
"नियतीचे सूक्ष्म धागे ओळखण्याची."
"संपत्ती आकर्षित करण्याची."
"लोकांना तुझ्यावर विश्वास ठेवायला भाग पाडण्याची."
रवी स्तब्ध झाला.
हीच ती गोष्ट होती.
हीच महाराजांची शक्ती.

"पण..."
आवाज थांबला.
रवीच्या छातीत धडधड वाढली. त्याला जाणवलं आता किंमत सांगितली जाणार होती.

"प्रत्येक शक्तीची किंमत असते."
आवाज म्हणाला.
"आणि ही किंमत मृत्यूपर्यंत संपत नाही."

रवीने धैर्य एकवटलं.
"काय किंमत?"
क्षणभर संपूर्ण खोली शांत झाली. मग आवाज अत्यंत स्पष्टपणे म्हणाला-
"तुझा आत्मा."
रवीचा श्वास अडकला.

"मृत्यूनंतर."
आवाज पुढे म्हणाला.
"तुझं शरीर नष्ट होईल."
"पण तुझा आत्मा माझा होईल."

रवीच्या अंगावर काटा उभा राहिला. त्याने आयुष्यात अनेक गोष्टी ऐकल्या होत्या.
धर्म.
स्वर्ग.
नरक.
मोक्ष.
पण अशा प्रकारचा सौदा?
हे त्याच्या कल्पनेपलीकडचं होतं.

"नाही."
आवाज म्हणाला.

जणू त्याचे विचार वाचत होता.
"हे पूर्ण सत्य नाही."

रवीने आश्चर्याने वर पाहिलं.
"म्हणजे?"
"तुला एक मार्ग दिला जाईल."
"कुठला?"
"वारसदार."

हे शब्द ऐकताच रवीच्या अंगावर शहारे आले.
"वारसदार?"
"हो."
आवाज म्हणाला.
"जसं तुझ्या आधीच्या माणसाने केलं."

रवीच्या डोळ्यांसमोर महाराजांचा चेहरा उभा राहिला. अचानक अनेक गोष्टी स्पष्ट होऊ लागल्या.
त्यांची प्रतीक्षा.
त्यांचा थकवा.
त्यांच्या डोळ्यांतील वेदना.
त्यांची भीती.

"म्हणजे..."
रवीचा आवाज थरथरला.
"महाराज..."
"हो."

आवाज म्हणाला.
"तोही एकेकाळी तुझ्यासारखाच होता."

खोलीत शांतता पसरली आणि त्या शांततेत रवीला एक भयंकर सत्य समजलं. महाराज त्याची वाट पाहत होते.

भक्त म्हणून नाही...

शिष्य म्हणून नाही...
तर...
मुक्ती म्हणून.

"जेव्हा वेळ येईल."
आवाज म्हणाला.
"तू दुसऱ्या एखाद्याला इथे आणशील."
"त्याला मार्ग दाखवशील."
"तो स्वीकारेल."
"आणि मग तू मुक्त होशील."

रवीच्या पोटात गोळा आला. हे ऐकून त्याला प्रथमच संपूर्ण चित्र दिसू लागलं.
हा आशीर्वाद नव्हता, ही साखळी होती. एक अखंड चालणारी साखळी.

"आणखी एक अट."
आवाज म्हणाला.
"कुठली?"

या वेळी अंधार अधिक गडद झाला.
हवा आणखी थंड झाली आणि आवाजात एक कठोरता आली.
"तुझ्या आयुष्यात कोणतीही स्त्री येणार नाही."
रवी दचकला.
"काय?"
"प्रेम."
"लग्न."
"संबंध."
"काहीही नाही."

मीनलचा चेहरा त्याच्या डोळ्यांसमोर आला.
मुलांचा.
त्याच्या हरवलेल्या संसाराचा.

"का?"
त्याने विचारलं.
आवाज काही क्षण शांत राहिला.
मग म्हणाला-
"कारण जे माझं आहे त्यात मी कुणालाही वाटेकरी होऊ देत नाही."
रवीच्या छातीत थंड शिरशिरी उठली.

"आणि जर तू नियम मोडलास..."
आवाज थांबला.
"तर?"

क्षणभर अंधारात दोन लालसर ठिपके चमकले.

डोळ्यांसारखे.

"ती मरेल."
आवाज शांतपणे म्हणाला.

रवी गोठून गेला.
कारण त्या शब्दांत धमकी नव्हती.
फक्त निर्विवाद सत्य होतं.

"आणखी एक नियम."
आवाज म्हणाला.
"दररोज."
"रक्ताचे काही थेंब."
"स्वेच्छेने."
"आणि कोणताही आदेश नाकारायचा नाही."

रवीच्या कपाळावर घाम फुटला.
हे आता अधिकाधिक भयानक होत होतं.

"जर मी नकार दिला तर?"
त्याने शेवटचा प्रश्न विचारला.

या वेळी आवाजात हास्य नव्हतं.
थंडपणा नव्हता.
फक्त अंधार होता.

"मग तू इथून बाहेर जाणार नाहीस."

रवीचं हृदय जोराने धडधडू लागलं.
त्याला अचानक जाणवलं-
ही खरी निवड नव्हती.
कारण मागे फिरण्याचा मार्ग आधीच बंद झाला होता.

दीर्घ शांतता पसरली.
फक्त त्याचा श्वास ऐकू येत होता.

त्याच्या मनात विचारांचं वादळ उठलं.
आत्मा.
शाप.
वारसदार.
बंधने.
भीती.
पण दुसऱ्या बाजूला...
शक्ती.
संपत्ती.
नवं आयुष्य.
उद्देश.

आणि सर्वात महत्त्वाचं, त्याच्याकडे खरंच गमावण्यासारखं काय उरलं होतं?

मीनल निघून गेली होती.

मुलं दूर होती.
जुनं आयुष्य आधीच संपलं होतं.

काही क्षणांनी त्याने डोळे उघडले. समोरचा अंधार स्थिर उभा होता.
प्रतीक्षा करत रवीने हळू आवाजात विचारलं, "जर मी स्वीकारलं..."
"तर?"

आवाज उत्तरला.
"मग आजपासून तू वेगळा होशील."

रवीने डोळे मिटले आणि अनेक वर्षांनंतर प्रथमच त्याने स्वतःच्या नियतीला शरण जाण्याचा निर्णय घेतला.
"मान्य आहे."
तो म्हणाला.

खोलीत अचानक बर्फासारखा गार वारा फिरला. अंधार जिवंत झाल्यासारखा हलला आणि मग.. पहिल्यांदाच त्या अस्तित्वाने समाधानाने हसल्याचा आवाज आला.
"छान."
ते म्हणालं.
"आता करार पूर्ण झाला." आणि त्याच क्षणी रवीला असं वाटलं जणू कुणीतरी त्याच्या सावलीत येऊन कायमचं राहायला आलं आहे.

****

प्रकरण ९

"मान्य आहे."

रवीचे शब्द अंधारात विरले. क्षणभर सगळं स्थिर झालं, जणू वेळ थांबली होती. मग अचानक खोलीतील तापमान आणखी खाली उतरलं. रवीच्या श्वासातून धुक्यासारखी वाफ बाहेर पडू लागली. त्याच्या छातीत तीव्र वेदना उसळली. तो गुडघ्यावर कोसळला. हृदय जोराने धडधडत होतं. रक्त नसांमधून जणू आगीसारखं वाहत होतं.

अंधारातील ती आकृती हळूहळू त्याच्याकडे सरकू लागली. पहिल्यांदाच रवीला तिचं अस्तित्व स्पष्ट जाणवत होतं. ती चालत नव्हती, तरंगतही नव्हती, ती जणू स्वतः अंधाराचाच एक भाग होती. जिथे ती होती तिथे प्रकाश अस्तित्वात राहू शकत नव्हता.

"डोळे मिट."

आवाज आला.

रवीने विरोध करण्याचा प्रयत्न केला. पण त्याचं शरीर त्याचं राहिलं नव्हतं. त्याने डोळे मिटले.

क्षणभर त्याला असं वाटलं जणू कुणीतरी त्याच्या कपाळाला स्पर्श केला.

थंड.

बर्फापेक्षाही थंड.

आणि लगेच...

त्याच्या डोक्यात विस्फोट झाला.

दृश्यं.

असंख्य दृश्यं.

एकामागोमाग एक.
वेगाने.
अमानवी वेगाने.

त्याने एका वृद्ध स्त्रीला पाहिलं.
ती रडत होती.
तिच्या हातात एका मुलाचा फोटो होता.

एक व्यापारी.
रस्त्यावर उभा.
त्याच्या चेहऱ्यावर चिंता.

एक तरुण.
रेल्वे स्टेशनवर.
हातात बॅग.
डोळ्यांत भीती.

एक अपघात.
एक जन्म.
एक मृत्यू.
एक लग्न.
एक विश्वासघात.

हजारो चेहरे.
हजारो घटना.
हजारो नियती.

रवी किंचाळला.
पण आवाज बाहेर पडला नाही.

मग अचानक सगळं थांबलं.
पूर्ण शांतता.

त्याने हळूहळू डोळे उघडले.
खोली पुन्हा तशीच होती.
अंधार.
दगडी भिंती.
चटई.
पण काहीतरी बदललं होतं. त्याच्या आत, त्याला जाणवत होतं. जग वेगळं दिसत होतं. हवेत काही अदृश्य धागे तरंगत असल्यासारखं, लोकांच्या आयुष्यांचे, निर्णयांचे, नियतीचे....

"संपलं."
तो आवाज म्हणाला.

रवीने वर पाहिलं. आकृती आता अस्पष्ट होत चालली होती. अंधारात विरत होती.
"आता तू पाहू शकशील."
ती म्हणाली.
"पण लक्षात ठेव..."
"प्रत्येक दर्शन एक ओझं असतं."

"मी तुला पुन्हा कधी भेटेन?"
रवीने विचारलं.

अंधारात हलकंसं हास्य उमटलं.

"दररोज."

आणि ते अस्तित्व नाहीसं झालं. क्षणभर रवी तसाच बसून राहिला.
थकलेला.
कमकुवत.
पण जिवंत.
मग बाहेरून आवाज आला कुलूप उघडण्याचा. दार हळूहळू उघडलं.
बाहेरून प्रकाश आत शिरला. पंधरा दिवसांनंतर पहिल्यांदाच...

रवीने डोळे झाकले. त्या उजेडाची सवय उरली नव्हती. दारात महाराज उभे होते.
त्यांनी रवीकडे पाहिलं.
एकटक.
दीर्घकाळ.
मग त्यांच्या डोळ्यांत पाणी आलं.
"झालं."
ते हळूच म्हणाले.
रवी काही बोलला नाही.
महाराजांनी त्याला आधार दिला.
बाहेर आणलं.

पहाटेची वेळ होती.

आकाशात फिकट प्रकाश पसरू लागला होता. झाडांवर पक्षी किलबिलाट करत होते. जग पूर्वीसारखंच दिसत होतं. पण रवीला माहीत होतं, ते पूर्वीसारखं राहिलेलं नव्हतं.

तो चालत असताना अचानक त्याची नजर आश्रमातील एका स्वयंसेवकावर पडली आणि क्षणभर..त्याला एक दृश्य दिसलं.

तोच स्वयंसेवक.

रस्त्यावर.

पावसात.

मोटरसायकल घसरते.

ट्रक.

रक्त.

मृत्यू.

दृश्य क्षणात नाहीसं झालं.

रवी थबकला.

श्वास अडकला.

"काय झालं?"

महाराजांनी विचारलं.

रवीने त्या स्वयंसेवकाकडे पाहिलं.

मग महाराजांकडे.

"तो..."

त्याचा आवाज थरथरला.

"तो तीन महिन्यांत मरणार आहे."

महाराजांच्या चेहऱ्यावर आश्चर्य नव्हतं.

फक्त दुःख होतं.

"हो."
ते शांतपणे म्हणाले.
"आता तुला दिसायला लागलं आहे."

रवी स्तब्ध झाला.
कारण त्या क्षणी त्याला समजलं-
हे स्वप्न नव्हतं.
भास नव्हता.
ते सत्य होतं.

ते दोघे आश्रमाच्या मुख्य इमारतीत पोहोचले. महाराजांच्या खोलीत.

महाराजांनी दार बंद केलं. दोघे समोरासमोर बसले. काही क्षण शांतता होती.
मग महाराज बोलू लागले. "पन्नास वर्षांपूर्वी..."
त्यांचा आवाज थकलेला होता. "मीसुद्धा तुझ्यासारखाच होतो." रवी शांतपणे ऐकत होता.
"मी गरीब होतो."
"हताश होतो."
"आणि शक्तीच्या मागे धावत होतो."
ते कटू हसले.
"जेव्हा सत्य समजलं तेव्हा खूप उशीर झाला होता."
"तुम्ही वारसदार शोधत होता?"
रवीने विचारलं.

महाराजांनी मान हलवली.

"हो."

त्या एका शब्दात प्रचंड वेदना होती.

"गेली अनेक वर्षे."

"मग मला निवडलंत का?"

महाराज बराच वेळ शांत राहिले.

मग म्हणाले "कारण तू योग्य होतास."

"योग्य?"

रवीचा आवाज कठोर झाला.

"की तुटलेला?"

महाराजांनी नजर खाली केली.

"दोन्ही."

खोलीत शांतता पसरली.

रवीच्या मनात राग उसळला.

पहिल्यांदाच.

त्याला अचानक जाणवलं त्याचा वापर झाला होता. त्याला सत्य सांगितलं गेलं नव्हतं. त्याला जाळ्यात ओढलं गेलं होतं "म्हणजे मी फसलो."

तो म्हणाला.

महाराजांनी मान वर केली. त्यांच्या डोळ्यांत पाणी होतं.

"हो."

हे उत्तर अनपेक्षित होतं. कोणतंही समर्थन नाही. कोणतंही स्पष्टीकरण नाही.

फक्त सत्य.

"मीसुद्धा फसलो होतो."

महाराज म्हणाले.

"आणि आता..."

रवी कुजबुजला. महाराजांनी हळूहळू स्मित केलं. पण ते स्मित मुक्तीचं होतं.

"आता मी मुक्त आहे."

त्या शब्दांनी रवीच्या छातीत काहीतरी तुटलं. कारण त्याला समजलं महाराज आनंदी नव्हते कारण त्यांना शक्ती मिळाली होती. ते आनंदी होते कारण अखेर त्यांना सुटका मिळाली होती आणि त्याच्या बदल्यात...बंधनं आता त्याच्याकडे आली होती. त्या दिवशी संध्याकाळी संपूर्ण आश्रमात घोषणा झाली. महाराजांनी सर्व शिष्यांना बोलावलं. भक्तांची मोठी सभा जमली

गणेश.

सुरेश.

आणि शेकडो अनुयायी सगळे उपस्थित होते. महाराज व्यासपीठावर उभे राहिले. त्यांचा आवाज पूर्वीसारखाच शांत होता.

"आजपासून..."

ते म्हणाले.

"आश्रमाची संपूर्ण जबाबदारी रवी कडे असेल."

सभेत कुजबुज पसरली. गणेश आश्चर्याने रवीकडे पाहत होता. सुरेशच्या चेहऱ्यावर अभिमान होता. पण रवीला काहीच वाटत नव्हतं. कारण त्याला माहीत होतं हे सन्मान नव्हतं, हा वारसा नव्हता, ही शिक्षा होती.

अदृश्य.

अटळ.

दीर्घ.

त्या रात्री महाराजांनी शेवटचा निरोप घेतला. कोणताही समारंभ नाही, कोणताही गाजावाजा नाही. फक्त शांतपणे... जसं एखादं ओझं खाली ठेवलं

जातं. पहाटेच्या सुमारास ते आपल्या खोलीत ध्यानस्थ बसले होते आणि तिथेच...त्यांचा श्वास थांबला.

शांत.

वेदनारहित.

मुक्त.

आश्रमात शोककळा पसरली. पण रवीच्या मनात वेगळंच काही चालू होतं. तो महाराजांच्या रिकाम्या खुर्चीकडे पाहत उभा होता. ज्या खुर्चीत बसून ते वर्षानुवर्षे कोणाची तरी वाट पाहत होते. आता ती खुर्ची त्याची होती आणि त्या क्षणी...त्याला पहिल्यांदाच त्या प्रतीक्षेचा अर्थ समजला.

तो कुणाची वाट पाहत नव्हता.

तो दिवसाची.

महिन्यांची.

वर्षांची.

आणि शेवटी...

एखाद्या नव्या तुटलेल्या माणसाची वाट पाहणार होता. जो त्याच्यासारखा हरलेला असेल. ज्याच्याकडे गमावण्यासारखं काही उरलेलं नसेल आणि जो नकळत या साखळीतील पुढचा दुवा बनेल. रवीने डोळे मिटले. त्याच्या ओठांवर एक कडवट स्मित उमटलं.

"आता मला समजलं, महाराज..."

तो मनात म्हणाला "तुम्ही माझी वाट पाहत नव्हतात." "तुम्ही तुमच्या मुक्तीची वाट पाहत होता."

आणि आता...

ती प्रतीक्षा त्याच्या वाट्याला आली होती.

****

प्रकरण १०

महाराजांच्या अंत्यसंस्काराला तीन दिवस झाले होते. आश्रमात अजूनही शोकाचे वातावरण होते. भक्त येत होते, रडत होते, महाराजांच्या आठवणी सांगत होते. पण रवीच्या मनात वेगळंच वादळ सुरू होतं. कारण त्या तीन दिवसांत त्याला एक गोष्ट समजली होती, महाराज मृत झाले होते, पण त्यांचं ओझं जिवंत होतं आणि ते आता त्याच्या खांद्यावर आलं होतं. त्या रात्री तो पहिल्यांदाच महाराजांच्या जुन्या खोलीत झोपण्यासाठी गेला.

तीच खोली.

तीच खुर्ची.

तोच पलंग.

भिंतीवर तेच फोटो.

सगळं तसंच.

फक्त महाराज नव्हते.

रात्र गडद होत गेली, घड्याळाने बारा वाजवले. आश्रम शांत झाला. रवी पलंगावर पडला होता, झोप काही येत नव्हती.

अचानक...

त्याला आठवलं.

रक्त.

करारातील अट.

दररोज काही थेंब.

त्याने गेल्या तीन दिवसांत ते केले नव्हते. त्याला वाटलं होतं कदाचित ते सगळं भास असेल किंवा त्याची परीक्षा. पण आता... छातीत एक अज्ञात भीती निर्माण झाली.

अचानक खोलीतील दिवा लुकलुकला.

एकदा.

दोनदा.

तीनदा.

आणि मग बंद झाला. खोली अंधारात बुडाली.

रवी उठून बसला.

तेवढ्यात त्याला तो आवाज ऐकू आला.

खोल.

जड.

अंधारातून येणारा.

"तू विसरलास."

रवीचा श्वास अडकला. तो आवाज पुन्हा आला.

"पहिल्याच आठवड्यात."

त्याचे हात थरथरू लागले. हे स्वप्न नव्हतं, हे खरं होतं.

"माफ करा..."

शब्द नकळत त्याच्या तोंडातून बाहेर पडले. अंधारात हलकंसं हास्य घुमलं.

"मला माफी नको."

"मला करार पाळलेला हवा."

रवीने घाईघाईने ड्रॉवर उघडला. त्यात एक लहान चांदीचा डबा होता. तो त्याने याआधी पाहिला नव्हता. डबा उघडताच त्याला आत एक धारदार चाकू दिसला आणि त्याखाली एक लालसर दगड. जणू कुणीतरी मुद्दाम ठेवून गेला होता.

रवीने बोटाला छोटासा चिरा दिला. रक्ताचे काही थेंब दगडावर पडले.

क्षणभर काहीच घडलं नाही.

मग...

दगडाने ते रक्त शोषून घेतलं. जणू कोरड्या जमिनीवर पाणी ओतलं होतं.

खोलीतील थंडावा कमी झाला.

आवाज शांत झाला.

"छान."

तो म्हणाला.

"हळूहळू शिकशील."

आणि पुन्हा शांतता.

त्या रात्री रवीला पहिल्यांदा जाणवलं हे बंधन केवळ मृत्यूनंतरचं नव्हतं.

हे रोजचं होतं.

प्रत्येक दिवसाचं.

प्रत्येक श्वासाचं.

****

प्रकरण ११

पुढच्या काही महिन्यांत आश्रम पूर्ववत चालू झाला. भक्तांनी रवीला "महाराज" म्हणून स्वीकारायला सुरुवात केली. सुरुवातीला त्याला ते विचित्र वाटलं. पण हळूहळू तो त्या भूमिकेत शिरू लागला. पहिल्यांदा त्याला भविष्य सांगावं लागलं तेव्हा तो घाबरला होता. एक स्त्री आपल्या मुलाला घेऊन आली होती.

"महाराज, याचं भविष्य सांगा."

ती म्हणाली.

रवी काही बोलणार इतक्यात...त्याच्या डोळ्यांसमोर दृश्य चमकलं.

तो मुलगा.

मोठा झालेला.

पांढरा कोट.

रुग्णालय.

शेकडो लोकांचे जीव वाचवत होता. दृश्य क्षणात नाहीसं झालं.

रवी स्तब्ध झाला.

"हा डॉक्टर होईल."

त्याच्या तोंडून नकळत शब्द बाहेर पडले. पंधरा वर्षांनंतर ते खरं ठरलं आणि अशा घटना वाढत गेल्या. जितक्या वाढत गेल्या तितकी लोकांची श्रद्धा वाढत गेली.

पण...

रवीचा आनंद नाही.

कारण प्रत्येक दर्शनासोबत एक वेदना येत होती. त्याला मृत्यू दिसत होते. अपघात दिसत होते.

विश्वासघात दिसत होते.

असंख्य दुःखं दिसत होती आणि त्याला माहीत होतं बहुतेक वेळा तो काहीच बदलू शकत नाही.

पाच वर्षे गेली.

एका दिवशी आश्रमात एक तरुणी आली. तिचं नाव होतं आर्या. ती इतर भक्तांसारखी नव्हती. ती प्रश्न विचारायची, वाद घालायची, अंधश्रद्धेवर विश्वास ठेवत नव्हती.

रवीला ती आवडली.

पहिल्यांदा.

अनेक वर्षांनंतर.

आणि तेच त्याचं सर्वात मोठं संकट ठरलं. एका संध्याकाळी ते दोघे आश्रमाच्या बागेत बोलत बसले होते. आर्या हसत होती. रवीच्या मनात अनेक वर्षांनी शांतता निर्माण झाली होती.

अचानक...

त्याच्या डोळ्यांसमोर दृश्य चमकलं.

आर्या.

रस्त्यावर.

एक ट्रक.

रक्त.

मृत्यू.

रवी उभा राहिला. त्याच्या अंगावर घाम फुटला. त्याला करार आठवला. "तुझ्या आयुष्यात कोणतीही स्त्री आली तर..." त्या रात्री त्याने आर्याला आश्रम सोडून जाण्यास सांगितलं.

ती दुखावली.

रागावली.

रडली.

पण गेली.......आणि काही महिन्यांनंतर रवीला समजलं ती परदेशात स्थायिक झाली.

सुरक्षित.

जिवंत.

त्या रात्री त्याने प्रथमच देवाचे आभार मानले आणि दुसऱ्याच क्षणी त्याला जाणवलं तो आता आयुष्यभर एकटाच राहणार आहे.

वर्षे सरत गेली.

रोज काही थेंब रक्त.

सुरुवातीला ती क्षुल्लक गोष्ट वाटली होती. पण हळूहळू त्याला जाणवलं तो केवळ रक्त देत नव्हता. काहीतरी आणखी जात होतं. त्याचा चेहरा वयापेक्षा जास्त वृद्ध दिसू लागला. रात्र होताच थकवा यायचा. कधी कधी आरशात स्वतःकडे पाहताना त्याला वाटायचं त्याच्या डोळ्यांमधून कुणीतरी दुसराच त्याच्याकडे पाहतो आहे आणि प्रत्येक वेळी अंधारात तोच आवाज यायचा.

"आता तुला समजतंय का?"

****

प्रकरण १२

दहा वर्षे.

वीस वर्षे.

तीस वर्षे.

मित्र गेले.

सुरेश गेला.

गणेश गेला.

जुने भक्त गेले.

नवीन आले.

रवी तसाच राहिला.

केस पांढरे झाले.

चेहरा सुरकुतला.

पण तो जगत राहिला.

आणि हळूहळू त्याला महाराज समजू लागले.

त्यांची प्रतीक्षा.

त्यांची वेदना.

त्यांचा थकवा.

कारण आता तोही तीच वाट चालत होता.

....

पन्नासावं वर्ष सुरू झालं.

एक संध्याकाळ.

तीच जुनी खुर्ची.

तोच सूर्यास्त.

रवी शांत बसला होता. भक्तांची रांग चालू होती आणि अचानक...त्याची नजर एका माणसावर पडली.

फाटके कपडे.

हरवलेले डोळे.

तुटलेला चेहरा.

रवीच्या छातीत काहीतरी हललं. तो माणूस पुढे आला, पाया पडला आणि त्या क्षणी रवीच्या डोळ्यांसमोर एक दृश्य चमकलं.

अंधार.

दगडी खोली.

मंत्र.

करार.

तोच माणूस.

रवीचे हात थरथरले. त्याच्या कानात तो जुना आवाज घुमला "तो आला आहे."

पन्नास वर्षांनंतर.

प्रतीक्षा संपत होती.

आणि साखळी पुन्हा एकदा पूर्ण होणार होती...............

****

कथा- ३
चकवा

प्रकरण १

नागपूर शहरावर रात्रीची काळी चादर पसरली होती. दिवसभर पडलेल्या पावसामुळे रस्ते ओले झाले होते. वीजेच्या खांबांवरचे पिवळसर दिवे पाण्यात प्रतिबिंबित होत होते. दूरवर कुठेतरी कुत्र्यांचे भुंकणे ऐकू येत होते. हवेत गारवा होता. मध्यरात्रीचे दोन वाजले होते. सरकारी कर्मचाऱ्यांच्या छोट्याशा कॉलनीत बहुतेक घरे झोपली होती. पण एका घरात मात्र दिवा अजूनही पेटलेला होता.

देशमुख कुटुंबाचं घर.

दोन खोल्या.

एक लहानसं स्वयंपाकघर.

समोर छोटंसं अंगण.

अंगणात तुळशीवृंदावन आणि त्या तुळशीसमोर पावसाचे थेंब टपटपत पडत होते. घराच्या आतून एका स्त्रीच्या वेदनांनी भरलेल्या किंकाळ्या ऐकू येत होत्या.

"आह्ह...!"

सुमन देशमुख प्रसूतीवेदनांनी विव्हळत होती. तिचं कपाळ घामाने ओलं झालं होतं. शेजारच्या कमलाकाकू तिच्या जवळ बसल्या होत्या.

"धीर धर गं सुमन."

सुईणबाईही तिला धीर देत होत्या पण वेदनांचा महासागर उसळला की धीराचे शब्द किती छोटे वाटतात! बाहेर अंगणात रमाकांत देशमुख अस्वस्थपणे येरझाऱ्या घालत होते.

महसूल खात्यातील साधा कारकून.

प्रामाणिक.

शिस्तप्रिय.

कष्टाळू.

पण त्या क्षणी त्यांची सारी शिस्त आणि धीर हरवला होता. त्यांच्या हातात बिडी होती. ती पेटवायची की नाही याचाही त्यांना विसर पडला होता. त्यांचं लक्ष फक्त घराच्या आत होतं. प्रत्येक किंकाळीसोबत त्यांचं हृदय दडपून जायचं "देवा, सगळं व्यवस्थित होऊ दे" ते मनोमन प्रार्थना करत होते.

अचानक आतून बाळाच्या रडण्याचा आवाज घुमला. त्या शांत रात्रीत तो आवाज जणू आकाश फाडून बाहेर आला. रमाकांत जागच्या जागी थांबले.

त्यांच्या चेहऱ्यावर ताण होता.

अपेक्षा होती.

भीती होती.

आणि मग...

दार उघडलं.

सुईणबाई बाहेर आल्या.

त्यांच्या चेहऱ्यावर मोठं हास्य होतं. "अभिनंदन रमाकांतराव!" त्या आनंदाने म्हणाल्या.

"मुलगा झाला!"

क्षणभर रमाकांत स्तब्ध उभे राहिले. मग त्यांच्या डोळ्यांत चमक आली. जणू आयुष्याने त्यांना सर्वात मोठं बक्षीस दिलं होतं. ते धावत आत गेले. सुमन थकून भागून अंथरुणावर पडली होती. पण तिच्या चेहऱ्यावर समाधान होतं. तिच्या शेजारी एक छोटासा लालसर जीव गुंडाळून ठेवलेला होता.

तो मोठ्याने रडत होता.

हातपाय हलवत होता. जगाला आपलं अस्तित्व जाहीर करत होता. रमाकांतांनी थरथरत्या हातांनी त्याला उचललं.

इतका छोटा.

इतका नाजूक.

इतका निरागस.

त्यांच्या डोळ्यांत पाणी आलं.

"आपला मुलगा..."

ते कुजबुजले.

सुमन हलकंसं हसली.

"नाव काय ठेवायचं?"

रमाकांत काही क्षण विचारात पडले.

मग म्हणाले,

"राकेश."

"राकेश देशमुख."

सुमनने समाधानाने डोळे मिटले. त्या नावासोबत त्या छोट्या जीवाचं भविष्यही जन्माला आलं होतं. पण त्या भविष्यामध्ये किती वेदना दडलेल्या आहेत, याची कल्पना त्या दोघांनाही नव्हती. पहिले काही महिने आनंदात गेले. घरात सतत राकेशभोवतीच गडबड असायची. त्याच्या रडण्याने घर जागं व्हायचं. त्याच्या हसण्याने घर उजळायचं. सुमन दिवसभर त्याला कुशीत घेऊन फिरायची.

त्याच्याशी बोलायची.

गाणी म्हणायची.

लोरी गात झोपवायची.

"झोप माझ्या राजा..."

"झोप माझ्या बाळा..."

त्या स्वरांत प्रेम होतं.

माया होती.

आणि एक आईचं संपूर्ण विश्व होतं.....

रमाकांत ऑफिसमधून घरी आले की पहिला प्रश्न असायचा "माझा राजा कुठे आहे?" सुमन हसत त्याला त्यांच्या हातात द्यायची. रमाकांत त्याला खांद्यावर घेऊन फिरायचे.

"हा बघ माझा मुलगा."

शेजाऱ्यांना दाखवायचे.

मित्रांना दाखवायचे.

नातेवाईकांना दाखवायचे.

त्यांच्या आवाजात अभिमान असायचा. एक दिवस संध्याकाळी पाऊस पडत होता. रमाकांत खिडकीजवळ उभे होते. त्यांच्या मांडीवर सहा महिन्यांचा राकेश बसला होता, बाहेर पावसाचे थेंब पडत होते. राकेश विस्फारलेल्या डोळ्यांनी ते दृश्य पाहत होता. अचानक त्याने छोटासा हात पुढे केला. जणू पावसाला पकडायचा प्रयत्न करत होता. रमाकांत हसू लागले.

"अरे वेड्या..."

ते त्याच्या गालावर पापा घेत म्हणाले, "संपूर्ण जग पकडणार आहेस का?"

त्या क्षणी त्यांना वाटलं हा मुलगा मोठा होईल, खूप मोठा. आपलं नाव उज्वल करेल. स्वप्नं पूर्ण करेल. सगळ्यांचा अभिमान बनेल. प्रत्येक आई-बडिलांना वाटतं तसंच.

पण आयुष्याचं वैशिष्ट्य असं असतं...ते कधीच आपल्या अपेक्षांप्रमाणे घडत नाही.

काही मुलं यशस्वी होतात.

काही संघर्ष करतात.

काही हरवतात.

आणि काही...

फक्त प्रेम शोधत राहतात.

राकेश त्या शेवटच्या प्रकारातला होता. त्या रात्री बाहेर पाऊस पडत राहिला. तुळशीवर थेंब साचत राहिले. नागपूर शहर झोपलं आणि देशमुखांच्या छोट्याशा घरात एक बाळ शांतपणे आईच्या कुशीत झोपलं, त्याला अजून काहीच माहीत नव्हतं.

ना दुःख.

ना उपेक्षा.

ना तुलना.

ना एकटेपणा.

त्याच्या जगात फक्त आई होती.

बाबा होते.

आणि प्रेम होतं.

पण काळ पुढे सरकत होता आणि काळासोबत त्याच्या आयुष्यातील पहिली जखमही हळूहळू जवळ येत होती.

राकेश दोन वर्षांचा झाला तेव्हा देशमुखांच्या घरात आनंदाचं वातावरण होतं.

लहान मुलांच्या पावलांनी घराला एक वेगळंच चैतन्य मिळतं. कधी त्याच्या खिदळण्याचा आवाज.

कधी त्याच्या रडण्याचा.

कधी त्याच्या बडबडीचा.

संपूर्ण घर त्याच्या भोवती फिरत होतं.

सकाळ झाली की राकेश सर्वात आधी आईचा चेहरा शोधायचा. डोळे उघडताच तो हाक मारायचा.

"आई..."

आणि सुमन लगेच धावत यायची.

"उठला माझा राजा?"

राकेश लगेच तिच्या गळ्यात पडायचा. तो क्षण सुमनच्या दिवसातील सर्वात सुंदर क्षण असायचा. आई आणि मुलामधलं नातं शब्दांच्या पलीकडचं असतं. राकेशच्या जगात आई म्हणजे विश्व होतं.

भूक लागली की आई.

भीती वाटली की आई.

आनंद झाला की आई.

दुःख झालं की आई.

त्याचं प्रत्येक उत्तर आईच होती.

दुपारच्या वेळी सुमन घरकाम करत असताना राकेश तिच्या मागे मागे फिरायचा.

"आई, काय करतेस?"

"भाजी करतेय."

"का?"

"जेवायला."

"का?"

"भूक लागते म्हणून."

"का?"

सुमन हसायची.

"अरे बापरे!"

राकेशच्या प्रत्येक प्रश्नामागे जग जाणून घेण्याची उत्सुकता होती.. एक दिवस तो अंगणात बसून मातीशी खेळत होता. त्याने छोटंसं घर बनवलं, काड्या लावल्या, छोटंसं दार बनवलं आणि अभिमानाने आईला बोलावलं.

"आई! बघ!"

सुमन बाहेर आली.

"अरे वा!"

"हे आपलं घर आहे."

"खरंच?"

"हो."

त्याने मातीच्या घराकडे बोट दाखवलं.

"ही तू."

मग दुसऱ्या बाजूला बोट दाखवत म्हणाला,

"हे बाबा."

आणि मध्ये छोटासा मातीचा गोळा ठेवला.

"हा मी."

सुमनच्या डोळ्यांत पाणी आलं. त्या छोट्या घरात राकेशचं संपूर्ण विश्व सामावलं होतं. रमाकांत कामावरून परतले की घरात उत्सवच व्हायचा. राकेश दाराकडे धावत जायचा.

"बाबा आले!"

त्याच्या आवाजात इतका आनंद असायचा की रमाकांतांचा दिवसाचा सगळा थकवा नाहीसा व्हायचा.

एका संध्याकाळी ते त्याला बाजारात घेऊन गेले. रस्त्यावर दिवे लागले होते.

गर्दी होती, गाड्यांचे आवाज होते. राकेशचं लक्ष मात्र एका फुगेविक्रेत्याकडे गेलं. रंगीबेरंगी फुगे वाऱ्यावर डोलत होते. तो थबकून उभा राहिला.

"बाबा..."

रमाकांत हसले.

"कोणता हवा?"

"लाल."

काही क्षणांनी त्याच्या हातात लाल रंगाचा मोठा फुगा होता. तो इतका आनंदी झाला की पूर्ण रस्ता हसत चालला. त्या रात्री झोपताना त्याने फुगा आपल्या शेजारी ठेवला. जणू तो एखादा खजिना होता.

सुमन त्याच्याकडे पाहत राहिली. मुलांचं सुख किती साधं असतं, याचा तिला विचार आला. एक फुगा, एक मिठी, एक प्रेमाचा शब्द आणि ते आनंदी होतात. काळ पुढे सरकत होता. राकेश आता चार वर्षांचा झाला होता. शेजारच्या मुलांबरोबर खेळू लागला होता. त्याला चित्र काढायला आवडायचं, गाणी म्हणायला आवडायची, कथा ऐकायला आवडायच्या. रात्री झोपताना तो रोज एकच हट्ट करायचा.

"आई, गोष्ट सांग."

"कुठली?"

"राजाची."

"काल सांगितली."

"पुन्हा सांग."

सुमन हसायची आणि पुन्हा तीच गोष्ट सांगायची. एका रात्री गोष्ट ऐकताना राकेश अचानक म्हणाला,

"आई."

"हं?"

"मी मोठा झालो की काय होणार?"

सुमन काही क्षण विचारात पडली.

"तुला काय व्हायचं आहे?"

राकेशने छताकडे पाहिलं मग खिडकीतून दिसणाऱ्या आकाशाकडे.

"मला पक्ष्यासारखं उडायचं आहे."

सुमन हसली.

"मग पायलट हो."

"खरंच?"

"हो."

त्याच्या डोळ्यांत चमक आली.

"मी मोठ्ठा पायलट होणार."

दुसऱ्या दिवशीपासून तो स्वतःला पायलट समजू लागला. घरभर धावत फिरायचा. हात पसरून.

"व्हूऽऽऽ..."

"माझं विमान येतंय."

सुमन आणि रमाकांत हसत त्याच्याकडे पाहायचे. त्या दिवसांत राकेशच्या आयुष्यात कोणताही अंधार नव्हता. कोणतीही तुलना नव्हती, कोणतीही वेदना नव्हती. तो प्रेमात वाढत होता आणि त्याला वाटत होतं..हे प्रेम कायम राहणार आहे.

पण आयुष्य कायम सारखं राहत नाही. एका नव्या जीवाच्या आगमनाने अनेकदा घरातील समीकरणं बदलतात आणि देशमुखांच्या घरातही एक मोठा बदल येणार होता. एक असा बदल...जो कुणाच्याही लक्षात येणार नव्हता.

पण ज्यामुळे एका लहान मुलाच्या मनात पहिली जखम निर्माण होणार होती.

त्या रात्री झोपण्यापूर्वी सुमनने त्याला छातीशी धरलं. त्याच्या कपाळावर चुंबन घेतलं.

"माझा राजा."

राकेश हसला आणि तिच्या कुशीत झोपून गेला. त्याला माहीत नव्हतं..की काही महिन्यांनंतर त्याला आईची ही कुशी वाटून घ्यावी लागणार होती आणि त्याच क्षणापासून...त्याच्या आयुष्यातील सर्वात मोठा संघर्ष सुरू होणार होता.

////

देशमुख कुटुंबाच्या आयुष्यात पुन्हा एकदा आनंदाचे दिवस आले होते. सुमन पुन्हा गरोदर होती. घरात एक वेगळीच लगबग सुरू होती. रमाकांत अधिक काळजी घेऊ लागले होते. सुमनच्या खाण्यापिण्याची काळजी, औषधांची काळजी, विश्रांतीची काळजी.

राकेशला पूर्ण गोष्ट समजत नव्हती. पण घरात काहीतरी मोठं घडणार आहे, याची जाणीव त्याला होत होती. एक दिवस त्याने आईच्या वाढलेल्या पोटाकडे पाहत विचारलं, "आई, तुझं पोट इतकं मोठं का झालंय?"

सुमन हसली.

"कारण तुझ्यासाठी एक मित्र येणार आहे."

राकेशचे डोळे मोठे झाले.

"खरंच?"

"हो."

"माझ्यासोबत खेळणार?"

"हो."

"माझ्या गोष्टी ऐकणार?"

"हो."

"माझी बॅट वापरणार?"

सुमन हसू लागली.

"हो रे."

राकेश आनंदाने घरभर पळू लागला. त्या दिवसापासून तो सतत त्या नव्या पाहुण्याची वाट पाहू लागला. रात्री झोपताना तो आईच्या पोटाशी बोलायचा.

"लवकर ये."

कधी म्हणायचा,

"मी तुला चॉकलेट देणार."

कधी म्हणायचा,

"मी तुला मारणार नाही."

सुमन त्याचं बोलणं ऐकून हसायची. तिला वाटायचं दोन्ही भाऊ खूप प्रेमाने राहतील. पण आयुष्याने वेगळाच अध्याय लिहून ठेवला होता.

सप्टेंबरची एक सकाळ. घरात पुन्हा एकदा प्रसूतीची लगबग सुरू झाली. यावेळी राकेश चार वर्षांचा होता. तो शेजारच्या कमलाकाकूंकडे बसला होता. त्याला सतत एकच प्रश्न पडला होता "माझा मित्र कधी येणार?"

दुपारी बाळाच्या रडण्याचा आवाज आला. काही वेळाने रमाकांत बाहेर आले. त्यांच्या चेहऱ्यावर आनंद होता.

"राकेश!"

"काय बाबा?"

"तुला भाऊ झाला."

क्षणात त्याचा चेहरा उजळला.

"माझा भाऊ!"

तो उड्या मारू लागला. त्याला वाटलं आता त्याला कायमचा मित्र मिळाला. संध्याकाळी त्याला बाळ दाखवलं गेलं. पांढऱ्या कापडात गुंडाळलेला एक छोटासा जीव. राकेश आश्चर्याने पाहत राहिला.

"हा माझा भाऊ?"

"हो."

"इतका छोटा?"

सगळे हसू लागले.

"मोठा होईल."

राकेश काही क्षण बाळाकडे पाहत राहिला. मग हळूच त्याच्या छोट्याशा हाताला स्पर्श केला "मी याला सांभाळणार." सुमनच्या चेहऱ्यावर समाधान उमटलं.

"हो माझ्या राजा."

पहिले काही आठवडे सगळं सुरळीत होतं. पण हळूहळू काही बदल होऊ लागले. पूर्वी सकाळी उठताच सुमन राकेशकडे धावायची. आता आधी संकेतकडे जायची.

पूर्वी ती त्याला मांडीवर बसवून जेवू घालायची. आता तिच्या मांडीवर संकेत असायचा. पूर्वी रात्री ती त्याला गोष्ट सांगायची. आता ती थकून झोपून जायची. सुरुवातीला राकेशने ते फार मनावर घेतलं नाही. कारण त्याला वाटत होतं आई व्यस्त आहे. पण दिवस पुढे सरकत गेले आणि त्याला जाणवू लागलं... की काहीतरी बदललं आहे. एक दिवस चित्रकलेच्या स्पर्धेत त्याला छोटंसं बक्षीस मिळालं. हातात प्रमाणपत्र घेऊन तो धावत घरी आला.

"आई!"

सुमन संकेतला दूध पाजत होती.

"काय रे?"

"मला बक्षीस मिळालं."

"छान."

"बघ ना."

"थांब जरा."

"पण आई—"

"आधी याला झोपू दे."

राकेश शांत झाला. हातातलं प्रमाणपत्र त्याने खाली केलं. काही क्षण तो तसाच उभा राहिला. मग आपल्या खोलीत गेला. त्याच्या छोट्या मनाला पहिल्यांदाच काहीतरी टोचलं.

ते दुःख होतं का?

कदाचित.

उपेक्षा होती का?

कदाचित.

पण त्या वयात त्याला त्याचं नाव माहीत नव्हतं. त्या रात्री तो आईच्या शेजारी झोपला होता. सुमनची एक बाजू संकेतने व्यापली होती. दुसऱ्या बाजूला राकेश पडला होता. त्याने आईचा हात पकडण्याचा प्रयत्न केला पण आई झोपली होती.

तो शांतपणे छताकडे पाहत राहिला आणि त्याच्या मनात पहिल्यांदा एक प्रश्न जन्माला आला.

"आई आता माझ्यावर आधीसारखं प्रेम करते का?"

हा प्रश्न खूप छोटा होता. पण पुढच्या अनेक वर्षांत... तोच प्रश्न त्याच्या आयुष्याचा केंद्रबिंदू बनणार होता. त्या रात्री बाहेर पाऊस पडत होता.

घरात दोन मुलं झोपली होती. एक नवजात आणि एक चार वर्षांचा. सगळ्यांचं लक्ष पहिल्याकडे होतं. दुसऱ्याच्या मनात मात्र...पहिली अदृश्य जखम तयार होत होती ती कुणालाच दिसत नव्हती अगदी त्यालाही नाही. पण एक दिवस...तीच जखम त्याच्या संपूर्ण आयुष्याचा मार्ग बदलून टाकणार होती.

****

प्रकरण २

पहिल्या पावसाने नागपूर शहर धुऊन निघालं होतं. रस्त्यांच्या कडेला चिखल साचला होता. झाडांची पानं नव्याने धुतल्यासारखी चमकत होती. हवेत ओल्या मातीचा सुगंध दरवळत होता. देशमुखांच्या घरात मात्र वेगळीच लगबग सुरू होती. आज राकेशचा शाळेचा पहिला दिवस होता.

नवीन गणवेश.

नवीन बूट.

नवीन दप्तर.

नवीन पाण्याची बाटली.

सगळं नवीन.

फक्त त्याची भीती जुनी होती. तो आरशासमोर उभा राहून स्वतःकडे पाहत होता.

"आई."

"काय रे?"

"मी शाळेत हरवणार तर नाही ना?"

सुमन हसली.

"नाही."

"मग तू माझ्यासोबत राहणार?"

"नाही. तुला एकट्यालाच जावं लागेल."

राकेशच्या चेहऱ्यावर चिंता उमटली.

"मला नाही जायचं."

सुमन त्याच्या जवळ बसली. त्याच्या केसांवरून हात फिरवत म्हणाली, "सगळ्या मुलांना शाळेत जावं लागतं."

"का?"

"मोठं व्हायचं असेल तर."

"बाबांसारखं?"

"हो."

क्षणात त्याचा चेहरा उजळला.

"मग मी जातो."

शाळेच्या गेटसमोर पोहोचल्यावर त्याचं धाडस पुन्हा कमी झालं. इतकी मुलं त्याने कधीच पाहिली नव्हती. कोणी रडत होतं, कोणी आईचा हात सोडत नव्हतं, कोणी धावत होतं, कोणी भांडत होतं. राकेशने सुमनचा हात घट्ट पकडला.

"आई, घरी जाऊया."

"नाही."

"प्लीज."

"फक्त काही तास."

"नाही."

त्याच्या डोळ्यांत पाणी आलं. पण तेवढ्यात वर्गशिक्षिका बाहेर आल्या.

"या, या मुलांनो."

त्यांचा आवाज खूप प्रेमळ होता. राकेशने सुमनकडे पाहिलं.

सुमनने हसत त्याला पुढे ढकललं.

"जा."

तो हळूहळू वर्गात गेला. पहिल्या काही दिवसांत त्याला शाळा फारशी आवडली नाही. आईची आठवण यायची, घराची आठवण यायची. पण हळूहळू त्याला मित्र मिळू लागले.

अमोल.

विनय.

सुरेश.

दुपारच्या सुट्टीत चौघे एकत्र बसून डबा खायचे, खेळायचे, भांडायचे आणि पुन्हा मित्र व्हायचे. राकेशला अभ्यासात फार रस नव्हता. पण चित्रकला मात्र त्याला मनापासून आवडायची. शिक्षक फळ्यावर चित्र काढायला सांगताच त्याचे डोळे चमकायचे. त्याच्या वहीच्या शेवटच्या पानांवर नेहमी काहीतरी चित्र असायचं.

झाडं.

पक्षी.

घरं.

माणसं.

कधी कधी संपूर्ण कुटुंब.

मधोमध तो.

एका बाजूला आई.

दुसऱ्या बाजूला बाबा.

आणि छोटासा संकेत.

एक दिवस शाळेत चित्रकला स्पर्धा जाहीर झाली.

विषय होता—

"माझं कुटुंब."

राकेश खूप उत्साहाने चित्र काढू लागला. त्याने आईला मोठ्ठं हसू दिलं. बाबांना मजबूत दाखवलं. संकेतला छोटासा आणि स्वतःला मध्ये. चित्राखाली त्याने मोठ्या अक्षरांत लिहिलं **"माझं जग."**

निकालाचा दिवस आला. मुख्याध्यापक स्टेजवर उभे होते. सगळ्या मुलांची उत्सुकता शिगेला पोहोचली होती "पहिलं बक्षीस मिळत आहे..."

क्षणभर शांतता.

"...राकेश देशमुख."

संपूर्ण वर्गात टाळ्यांचा कडकडाट झाला. राकेश काही क्षण स्तब्ध उभा राहिला. त्याला विश्वासच बसत नव्हता. मग तो धावत स्टेजवर गेला. मुख्याध्यापकांनी त्याला प्रमाणपत्र दिलं.

"खूप छान."

त्या दोन शब्दांनी त्याच्या मनात काहीतरी उजळलं.

कौतुक.

स्वीकार.

महत्त्व.

तो आनंदाने भरून गेला. शाळा सुटताच तो घरी धावत आला. हातात प्रमाणपत्र होतं, चेहऱ्यावर आनंद होता.

"आई!"

सुमन स्वयंपाकघरात होती.

"काय रे?"

"मला बक्षीस मिळालं."

"वा!"

"बघ ना."

ती तेवढ्यात संकेतच्या रडण्याकडे वळली.

"थांब जरा."

"आई—"

"आधी याला बघते."

राकेश शांत झाला. हातातलं प्रमाणपत्र खाली झुकलं. काही क्षण तो तसाच उभा राहिला. मग हळूहळू आपल्या खोलीत गेला. खिडकीजवळ बसला आणि प्रमाणपत्राकडे पाहत राहिला. शाळेत त्याला वाटलं होतं आज आई

खूप खुश होईल, बाबा मिठी मारतील, सगळे आनंदी होतील. पण तसं काहीच झालं नाही. संध्याकाळी रमाकांत घरी आले.

"काय चाललंय?"

सुमन म्हणाली,

"आज राकेशला बक्षीस मिळालं."

"अच्छा?"

रमाकांतांनी प्रमाणपत्र पाहिलं.

"छान."

आणि त्यांनी वर्तमानपत्र उघडलं.

"छान."

फक्त एक शब्द.

पण राकेशच्या मनात त्यावेळी हजारो अपेक्षा होत्या. त्याला वाटलं होतं--

"शाब्बास."

"मला अभिमान आहे."

"खूप छान केलंस."

पण ते शब्द आले नाहीत. त्या रात्री तो झोपताना प्रमाणपत्र उशीखाली ठेवून झोपला. जणू ते त्याचं गुप्त धन होतं. झोपण्यापूर्वी त्याने छताकडे पाहिलं आणि पहिल्यांदाच त्याच्या मनात एक भावना जन्माला आली "मला आणखी चांगलं करायला हवं." कारण त्याला वाटलं कदाचित अजून मोठं काहीतरी केलं तर...आई-बाबा माझ्याकडे पाहतील.

कौतुकाची भूक तिथेच जन्माला आली आणि ती भूक पुढच्या अनेक वर्षांत त्याच्या आयुष्याला आकार देणार होती.....

....

राकेश आता सात वर्षांचा झाला होता. शाळेत त्याची प्रगती चांगली होती. तो वर्गात पहिला येत नव्हता. पण शेवटचाही नव्हता. तो मधल्या रांगेतला विद्यार्थी होता.

साधारण.

शांत.

स्वतःच्या विश्वात रमणारा. पण जगाला अनेकदा "साधारण" लोक दिसत नाहीत. त्यांना फक्त चमकणारे तारे दिसतात आणि देशमुखांच्या घरात एक नवीन तारा चमकू लागला होता.

संकेत.

संकेत आता तीन वर्षांचा झाला होता. वय लहान असलं तरी त्याची बुद्धिमत्ता सगळ्यांच्या लक्षात येऊ लागली होती. तो पटकन कविता पाठ करायचा, गाणी लक्षात ठेवायचा, अक्षरं ओळखायचा, संख्या मोजायचा.

घरात पाहुणे आले की सुमन त्याला म्हणायची, "संकेत, कविता म्हणून दाखव." आणि संकेत लगेच सुरुवात करायचा. सगळे टाळ्या वाजवायचे.

"वा!"

"काय हुशार मुलगा आहे!"

"खूप पुढे जाईल."

हे शब्द वारंवार घरात घुमू लागले. सुरुवातीला राकेशलाही आनंद व्हायचा. तो अभिमानाने म्हणायचा, "हा माझा भाऊ आहे." संकेत चुकला तर त्याला शिकवायचा, खेळताना त्याचा हात धरायचा. तो खरंच त्याच्यावर प्रेम करत होता पण हळूहळू काही बदल घडू लागले. एका संध्याकाळी दोघेही हॉलमध्ये बसले होते. रमाकांत ऑफिसमधून आले.

"संकेत कुठे आहे?"

पहिला प्रश्न.

राकेश काही क्षण शांत राहिला, संकेत धावत आला.

"बाबा!"

रमाकांतांनी त्याला उचलून घेतलं.

"आज काय शिकलास?"

संकेतने काही कविता म्हणून दाखवल्या.

रमाकांत खूश झाले.

"शाब्बास."

मग त्यांनी राकेशकडे पाहिलं.

"आणि तू?"

"मला चित्रकलेत पुन्हा बक्षीस मिळालं."

रमाकांतांनी मान हलवली.

"बरं."

मग ते पुन्हा संकेतशी बोलू लागले. त्या रात्री राकेश बराच वेळ जागा होता.

त्याला समजत नव्हतं की त्याला दुःख का होत आहे. संकेतला मिळणारं प्रेम त्याला खटकत नव्हतं. पण स्वतःला मिळत नसलेलं लक्ष खटकत होतं.

काही महिन्यांनी शाळेचा वार्षिक निकाल लागला. राकेशला ७२% गुण मिळाले. त्याच्यासाठी ते खूप चांगले होते. तो आनंदाने घरी आला.

"आई!"

"काय रे?"

"मला ७२% मिळाले."

"छान."

ती हसली.

पण तेवढ्यात शेजारच्या काकूंनी सांगितलं, "संकेतने तर सगळी अक्षरं पाठ केली आहेत." क्षणात चर्चेचा विषय बदलला. राकेश शांत झाला.

निकालाचं पत्रक त्याच्या हातातच राहिलं. एक रविवार... घरात काही नातेवाईक आले होते. गप्पा सुरू होत्या, रघुनाथ काका म्हणाले,

"संकेत मोठा होऊन डॉक्टर होईल."

दुसरे काका म्हणाले,

"नाही, इंजिनिअर होईल."

सगळे हसू लागले, अचानक कुणीतरी विचारलं,

"आणि राकेश?"

क्षणभर शांतता पसरली. मग एक हलकं हसू.

"हा?"

"हा चांगला मुलगा आहे."

"चांगला मुलगा."

इतकंच.

ना स्वप्न.

ना अपेक्षा.

ना भविष्य.

फक्त "चांगला मुलगा." त्या रात्री राकेश गच्चीवर बसला होता. आकाशात चंद्र होता, हवा थंड होती. त्याने स्वतःच्या हातांकडे पाहिलं, मग आकाशाकडे आणि पहिल्यांदाच त्याने स्वतःला विचारलं "माझ्यात नक्की कमी काय आहे?"

त्या प्रश्नाचं उत्तर त्याला मिळालं नाही. पण त्या दिवसापासून तो स्वतःची तुलना करू लागला.

संकेत किती हुशार आहे?

मी किती कमी आहे?

संकेतचं कौतुक का होतं?

माझं का नाही?

आणि माणूस जेव्हा स्वतःची किंमत दुसऱ्यांशी तुलना करून मोजू लागतो तेव्हा त्याच्या आत्मविश्वासाचा मृत्यू सुरू होतो. राकेशच्या आयुष्यातही तो मृत्यू शांतपणे सुरू झाला होता.

कुणालाही न दिसता.

कुणालाही न कळता.

एक हसरा मुलगा...

हळूहळू स्वतःवर शंका घ्यायला शिकत होता आणि ती शंका पुढे जाऊन त्याच्या संपूर्ण आयुष्याला वेढून टाकणार होती.

///.........आणि पुन्हा एकदा देशमुखांच्या घरात आनंदाची लाट पसरली.

तिसरा पाळणा हलला होता.

प्रकाशचा जन्म झाला होता—राकेशचा तिसरा वाटेकरी...........

****

प्रकरण ३

वेळ वेगाने पुढे सरकत होता. काही वर्षांपूर्वी अंगणात मातीची घरं बनवणारा राकेश आता दहावीच्या वर्गात पोहोचला होता. उंची वाढली होती, चेहरा बदलला होता, आवाजात गंभीरपणा आला होता. पण त्याच्या मनातला एक प्रश्न अजूनही तसाच होता.

"मी पुरेसा आहे का?"

दहावीचं वर्ष सुरू होताच घरात वातावरण बदललं. सुमन अधिक काळजी घेऊ लागली. रमाकांत अभ्यासाबद्दल विचारू लागले. नातेवाईक सल्ले देऊ लागले. शेजारी चौकशी करू लागले "दहावी आयुष्यात खूप महत्त्वाची असते."

"याच वर्षावर भविष्य ठरतं."

"कष्ट कर."

हे वाक्य राकेश रोज ऐकत होता. पण त्याला अभ्यासाची भीती नव्हती. त्याला भीती होती...अपेक्षांची. कारण त्याला माहीत होतं जर तो खूप चांगले गुण मिळवू शकला नाही तर पुन्हा तुलना होईल. पुन्हा संकेतचं उदाहरण दिलं जाईल. पुन्हा तोच प्रश्न विचारला जाईल "तुझ्यात कमी काय आहे?"

रात्रभर जागून तो अभ्यास करायचा.

गणिताचे प्रश्न सोडवायचा.

इतिहास पाठ करायचा.

इंग्रजीची पुस्तकं वाचायचा.

पण प्रत्येक विषयासोबत त्याचा आत्मविश्वास कमी होत चालला होता. कारण त्याला वाटत होतं तो जितका प्रयत्न करतोय, तितका परिणाम दिसत नाही.

एका रात्री तो अभ्यास करत बसला होता. घड्याळात अकरा वाजले होते. संकेत त्याच्या बाजूला बसून काहीतरी वाचत होता. अचानक संकेतने एक गणिताचं उदाहरण सोडवलं.

"झालं."

राकेशने वहीकडे पाहिलं. ते उदाहरण तो गेल्या दहा मिनिटांपासून सोडवण्याचा प्रयत्न करत होता. संकेतने दोन मिनिटांत सोडलं, रमाकांतांनी ते पाहिलं.

"पाहिलंस?"

"काय?"

"किती वेगाने समजतं याला."

मग ते नकळत म्हणाले, "तुझ्यापेक्षा खूप हुशार आहे."

हे वाक्य त्यांनी सहज म्हटलं. पण राकेशच्या मनात ते कायमचं कोरलं गेलं.

त्या रात्री तो उशिरापर्यंत जागा राहिला.

पुस्तक उघडं होतं पण अक्षरं दिसत नव्हती, कारण डोळ्यांत पाणी होतं.

परीक्षा सुरू झाली.

पहिला पेपर.

दुसरा.

तिसरा.

एकामागून एक.

प्रत्येक पेपरनंतर मित्र चर्चा करायचे.

"माझे ८० येतील."

"माझे ९०."

"माझे ८५."

राकेश शांत राहायचा.

कारण त्याला स्वतःच खात्री नव्हती. निकालाचा दिवस उजाडला. मे महिन्याची कडक उन्हाळी सकाळ. शहरभर निकालाची चर्चा होती. इंटरनेट सेंटरसमोर विद्यार्थ्यांची गर्दी होती. राकेशच्या हातांना घाम फुटला होता. त्याच्यासोबत रमाकांत होते, संकेतही होता. कॉम्प्युटर स्क्रीनवर त्याचा सीट नंबर टाकला गेला. क्षणभर स्क्रीन रिकामी राहिली, मग निकाल दिसला.

५३%

राकेश काही क्षण स्क्रीनकडे पाहत राहिला. तो नापास झाला नव्हता. पण त्याला आनंदही झाला नाही. कारण त्याला माहीत होतं, हा निकाल कुणालाही प्रभावित करणार नाही. घरी परतल्यावर वातावरण शांत होतं. सुमनने विचारलं,

"किती मिळाले?"

"५३."

ती काही क्षण शांत राहिली. मग म्हणाली, "पास झाला, हेही बरंच आहे."

बरंच आहे.

हे वाक्य कौतुक नव्हतं, ते सांत्वन होतं आणि राकेशला पहिल्यांदाच जाणवलं लोक त्याच्याकडून यशाची अपेक्षाच करत नाहीत. काही दिवसांनी संकेतचा निकाल लागला.

९२%.

घरात आनंदाचा स्फोट झाला. मिठाई वाटली गेली, फोनवर अभिनंदनांचे संदेश येऊ लागले. शेजारी येऊ लागले. सगळीकडे उत्सवाचं वातावरण

होतं. राकेश हॉलच्या एका कोपऱ्यात बसून सगळं पाहत होता. संकेतचा त्याला अभिमान होता. खरंच होता...पण त्याच वेळी त्याच्या मनात वेदनाही होती. कारण त्याला आठवत होतं त्याच्या ५३% साठी कुणी मिठाई आणली नव्हती, कुणी फोन केला नव्हता, कुणी म्हणालं नव्हतं- "शाब्बास."

त्या रात्री तो एकटाच गच्चीवर गेला. आकाशात असंख्य तारे चमकत होते.

दूरवर शहराच्या दिव्यांची रांग दिसत होती. तो बराच वेळ शांत बसून राहिला. मग खिशातून निकालाचं पत्रक काढलं. त्याकडे पाहिलं आणि पहिल्यांदाच स्वतःला म्हणाला "कदाचित खरंच...मी साधारणच आहे". त्या एका विचाराने त्याच्या आयुष्यात प्रवेश केला आणि पुढील अनेक वर्षं... तो विचार त्याच्या प्रत्येक निर्णयामागे उभा राहणार होता. कारण त्या रात्री...राकेश फक्त ५३% गुण घेऊन पास झाला नव्हता. तो स्वतःबद्दलचा विश्वास हरवायला सुरुवात करत होता.

,,,,,,,,,,,,,,,,

दिवाळीचा सण जवळ आला होता. देशमुखांच्या घरात साफसफाई सुरू होती. सुमन पडदे धुवत होती, रमाकांत घर रंगवण्याच्या तयारीत होते. संकेत आणि प्रकाश उत्साहाने फटाक्यांची यादी बनवत होते. पण राकेशच्या मनात उत्साह नव्हता. दहावीच्या निकालानंतर तो अधिक शांत झाला होता. अधिक एकटा झाला होता.

दिवाळीच्या दोन दिवस आधी सगळे गावाकडे गेले. देशमुखांचं जुनं वाड्यासारखं घर होतं.

मोठं अंगण.

तुळशीवृंदावन.

मातीचा सुगंध आणि नातेवाईकांची कायमची लगबग. लहानपणी राकेशला हे घर खूप आवडायचं. पण जसजसा तो मोठा झाला, तसतसं त्याला तिथे जाण्याची भीती वाटू लागली. कारण तिथे प्रत्येक वेळी एकच गोष्ट व्हायची.

तुलना. घरात प्रवेश करताच रघुनाथ काका मोठ्याने म्हणाले,

"अरे आले देशमुख!"

सगळे हसत पुढे आले. काही मिनिटांतच गप्पांचा फड रंगला. चहाचे कप आले. नमकीन आलं आणि मग नेहमीप्रमाणे मुलांच्या भविष्यावर चर्चा सुरू झाली.

"संकेत कुठे आहे?"

रघुनाथ काकांनी विचारलं.

संकेत पुढे आला.

"किती टक्के मिळाले रे?"

"ब्याण्णव."

"वा!"

"अप्रतिम!"

"हा मुलगा खूप पुढे जाणार." सगळ्यांच्या चेहऱ्यावर कौतुक होतं. रमाकांतांच्या डोळ्यांत अभिमान होता.

"वा!"

पुन्हा टाळ्या.

पुन्हा कौतुक.

राकेश कोपऱ्यात बसून शांतपणे चहा पीत होता. त्याला माहीत होतं आता त्याची पाळी येणार आणि तसंच झालं.

"आणि राकेश?"

रघुनाथ काका म्हणाले. सगळयांच्या नजरा त्याच्याकडे वळल्या. क्षणभर त्याला अस्वस्थ वाटलं.

"काय चाललंय रे?"

"अकरावी."

"मग?"

"ठीक."

"ठीक म्हणजे?"

राकेश काही बोलला नाही. तेवढ्यात दुसरे काका हसत म्हणाले,

"हा ना... खूप शांत आहे." तिसरे काका म्हणाले, "शांत नाही, अभ्यासात कमकुवत आहे." काही लोक हसू लागले.

"संकेतकडून शिक."

"घरात एवढा हुशार भाऊ आहे, काहीतरी फायदा करून घे."

प्रत्येक वाक्य राकेशच्या छातीत घुसत होतं. त्याने खाली मान घातली. त्याला राग येत नव्हता. त्याला दुःखही वाटत नव्हतं, त्याला फक्त रिकामं वाटत होतं. त्या संध्याकाळी सगळे अंगणात फटाके उडवत होते. प्रकाश आणि संकेत हसत होते. नातेवाईक आनंदात होते. राकेश मात्र घराच्या मागच्या बाजूला एकटाच बसला होता. आकाशात रंगीबेरंगी रोषणाई होती.

पण त्याच्या मनात अंधार होता. तेवढ्यात आजोबा हळूहळू चालत त्याच्याजवळ आले.

"इथे का बसलास?"

"काही नाही."

आजोबांनी त्याच्या चेहऱ्याकडे पाहिलं. त्यांना काहीतरी जाणवलं.

"दुःखी आहेस?"

राकेश काही बोलला नाही. आजोबा त्याच्या शेजारी बसले. काही वेळ दोघेही शांत होते. मग आजोबा म्हणाले, "तुला माहिती आहे का?"
"काय?"
"जे झाड खूप फळं देतं त्याच्याकडे सगळ्यांचं लक्ष जातं."
"हं."
"पण सावली देणारं झाड लोक विसरतात." राकेश शांतपणे ऐकत होता.
"म्हणून सावली देणारं झाड कमी महत्त्वाचं होत नाही."
त्या रात्री आजोबांचे शब्द त्याच्या मनात घुमत राहिले. पण एका मुलाचं मन फक्त शहाण्या शब्दांनी भरून निघत नाही. त्याला प्रेम हवं असतं, स्वीकार हवा असतो आणि तो अजूनही त्याची वाट पाहत होता. झोपण्यापूर्वी तो गच्चीवर गेला.

आकाशात फटाक्यांची आतषबाजी सुरू होती. त्याने डोळे मिटले आणि मनात एक छोटीशी इच्छा केली.
"देवा..."
"एक दिवस मला पण असं काहीतरी करायचं आहे..."
"ज्यामुळे बाबा माझा अभिमान बाळगतील."
त्याला माहीत नव्हतं...की हे स्वप्न पूर्ण होण्यासाठी अजून अनेक वर्षे जावी लागणार होती आणि त्या प्रवासात त्याला अजून खूप काही गमवावं लागणार होतं.

****

प्रकरण ४

बारावी संपली.

कॉलेजचं आयुष्य सुरू झालं आणि अनेक वर्षांनी राकेशला असं वाटलं की तो एका नव्या जगात प्रवेश करत आहे. इथे कुणाला त्याच्या दहावीचे गुण माहीत नव्हते. कुणाला संकेत किती हुशार आहे हे माहीत नव्हतं. कुणाला प्रकाशच्या खेळातील यशाची कल्पना नव्हती. इथे तो फक्त...**राकेश** होता.

कॉलेजच्या पहिल्याच दिवशी त्याने तिला पाहिलं. ती कॉरिडॉरमधून चालत येत होती. पांढरा सलवार सूट, खांद्यावर पुस्तकांची बॅग, लांब काळे केस आणि चेहऱ्यावर सहज उमटणारं हसू. ती तिच्या मैत्रिणींशी बोलत होती.

सगळे हसत होते आणि त्या गर्दीतही तिचं अस्तित्व वेगळं भासत होतं. राकेश काही क्षण तिच्याकडे पाहत राहिला.

"काय बघतोयस?"

मागून विनयचा आवाज आला. राकेश दचकला.

"काही नाही."

"अच्छा?"

विनय हसू लागला.

"नाव तरी विचार."

"वेडा आहेस का?"

"प्रेम झालं दिसतं."

राकेशने लगेच नकार दिला. पण त्या रात्री झोपताना त्याला तिचाच चेहरा आठवत होता. काही दिवसांनी त्याला तिचं नाव कळलं.

नेहा जोशी.

ती वर्गात खूप लोकप्रिय होती. अभ्यासात चांगली. वक्तृत्व स्पर्धेत पुढे, सांस्कृतिक कार्यक्रमात सक्रिय. सगळ्यांशी सहज मिसळणारी आणि सर्वात महत्त्वाचं म्हणजे ती लोकांचं बोलणं लक्ष देऊन ऐकायची. एक दिवस ग्रंथालयात जागा मिळत नव्हती. राकेश पुस्तक घेऊन उभा होता. तेवढ्यात नेहा म्हणाली,

"इथे बस."

तो थोडा गोंधळला.

"चालेल?"

"हो."

तो तिच्या समोर बसला. पहिल्यांदाच इतक्या जवळून तिच्याकडे पाहत होता.

त्याच्या छातीत धडधड वाढली.

"तू खूप शांत असतोस."

नेहाने अचानक विचारलं.

"मी?"

"हो."

"माहित नाही."

"मला वाटतं तू खूप विचार करतोस."

राकेश हसला. कारण आयुष्यात पहिल्यांदाच कुणीतरी त्याला इतक्या अचूकपणे ओळखलं होतं. त्या दिवसापासून त्यांची मैत्री वाढू लागली. कॉलेज कॅन्टीन, ग्रंथालय, बसस्टॉप. हळूहळू दोघे अधिक वेळ एकत्र घालवू लागले. नेहा त्याच्याशी सहज बोलायची. त्याच्या चित्रांचं कौतुक करायची,

त्याच्या गोष्टी ऐकायची. कधी कधी त्याला हसायलाही लावायची आणि अनेक वर्षांनी... राकेश पुन्हा हसू लागला.

एका संध्याकाळी दोघे कॉलेजच्या बागेत बसले होते. सूर्य मावळत होता, झाडांच्या पानांतून येणारा प्रकाश त्यांच्या चेहऱ्यावर पडत होता.

"तुझं स्वप्न काय आहे?"

नेहाने विचारलं. राकेश काही क्षण विचारात पडला.

"माहित नाही."

"कसं काय माहित नाही?"

"कधी विचारच केला नाही."

"का?"

राकेश हसला. पण त्या हसण्यात वेदना होती.

"कारण मला नेहमी वाटायचं..."

"मी फार मोठं काही करू शकणार नाही."

नेहा काही क्षण शांत राहिली. मग ती म्हणाली, "तुला माहिती आहे?"

"काय?"

"सगळ्यात मोठी चूक कोणती असते?"

"काय?"

"स्वतःला कमी समजणं."

त्या दिवशी तिचे शब्द त्याच्या मनात खोलवर उतरले. कदाचित पहिल्यांदाच कुणीतरी त्याच्यावर विश्वास ठेवत होतं आणि त्याला वाटू लागलं...

की कदाचित ही मैत्री त्याच्यासाठी काहीतरी खास आहे. महिने गेले, राकेशच्या मनातलं आकर्षण आता प्रेमात बदललं होतं. तो तिच्याबद्दल विचार करू लागला. तिच्या फोनची वाट पाहू लागला. तिचं हसू पाहून आनंदी होऊ लागला. तिच्या दुःखाने अस्वस्थ होऊ लागला.

एक दिवस विनयने विचारलं, "सांगणार आहेस का तिला?"

"काय?"

"की तू तिच्यावर प्रेम करतोस."

राकेश गप्प झाला. त्याला भीती वाटत होती, नकाराची. पुन्हा एकदा अपुरा ठरण्याची. पण प्रेम माणसाला धाडसी बनवतं आणि एक संध्याकाळी... त्याने निर्णय घेतला.

कॉलेजची बाग.

संध्याकाळ.

नेहा समोर बसली होती.

राकेशच्या हातांना घाम फुटला होता, हृदय जोरात धडधडत होतं.

"नेहा."

"हं?"

"मला काही सांगायचं आहे."

"सांग."

तो काही क्षण शांत राहिला, मग धीर करून म्हणाला "मला तू आवडतेस."

क्षणभर सगळं थांबल्यासारखं वाटलं. वारा वाहणं थांबलं, पक्ष्यांचे आवाज दूर गेले.

फक्त शांतता.

नेहाने त्याच्याकडे पाहिलं. तिच्या चेहऱ्यावर आश्चर्य होतं. मग ती हलकंसं हसली.

"राकेश..."

"तू खूप चांगला आहेस."

हे वाक्य ऐकून त्याच्या मनात आशेची एक किरण चमकली. पण पुढच्याच क्षणी ती विझली.

"पण..."

तो शब्द पुन्हा आला, आयुष्यात दुसऱ्यांदा... आणि पुन्हा त्याचं हृदय तुटलं.

"मला तुझ्याबद्दल तसं वाटत नाही."

राकेश शांत बसला. त्याच्या चेहऱ्यावर हसू होतं. पण आतून तो कोसळत होता.

"सॉरी."

नेहा हळू आवाजात म्हणाली "काही हरकत नाही."

त्याने उत्तर दिलं.

पण त्या उत्तरात हजारो तुकडे लपले होते. त्या रात्री तो खूप वेळ जागा होता.

खिडकीतून आकाशाकडे पाहत आणि पुन्हा एकदा स्वतःला तोच प्रश्न विचारत.

"मी पुरेसा का नाही?"

पहिल्यांदा आईकडे.

मग बाबांकडे.

आता प्रेमात.

प्रत्येक ठिकाणी त्याला असंच वाटत होतं कुणीतरी दुसरा त्याच्यापेक्षा अधिक योग्य आहे आणि त्या विचाराने...त्याच्या आत्मविश्वासावर आणखी एक खोल जखम कोरली. नेहाला "मला तू आवडतेस" असं सांगून तीन महिने झाले होते. पण त्या संध्याकाळचे प्रत्येक शब्द अजूनही राकेशच्या मनात जिवंत होते.

"तू खूप चांगला आहेस..."

"पण..."

तो "पण" त्याच्या आयुष्यातील सर्वात वेदनादायी शब्द बनला होता.

कारण त्याला वाटू लागलं होतं, चांगला असणं पुरेसं नसतं. लोकांना अधिक काहीतरी हवं असतं.

हुशारी.

यश.

आत्मविश्वास.

पैसा.

ओळख आणि त्याच्याकडे यापैकी काहीच नव्हतं. कॉलेजचं शेवटचं वर्ष सुरू झालं. मित्र आता भविष्याबद्दल बोलू लागले होते. कोण एमबीए करणार; कोण इंजिनिअरिंगनंतर परदेशात जाणार; कोण कौटुंबिक व्यवसाय सांभाळणार; प्रत्येकाच्या डोळ्यांत स्वप्नं होती. एक दिवस कॅन्टीनमध्ये बसले असताना विनयने विचारलं,

"राकेश, तू पुढे काय करणार?"

राकेशने चहाचा घोट घेतला.

"माहित नाही."

"अरे, खरंच?"

"हो."

"काहीतरी विचार केला असेल."

"नाही."

टेबलवर शांतता पसरली. कारण त्या वयात बहुतेक लोक भविष्याची स्वप्नं पाहत असतात. पण राकेश भविष्याची कल्पनाही करू शकत नव्हता. त्याला स्वतःवर विश्वासच उरला नव्हता. त्या रात्री तो गच्चीवर बसला होता. आकाशात तारे होते. दूरवर रेल्वेचा आवाज ऐकू येत होता. त्याने स्वतःलाच प्रश्न विचारला.

"माझं स्वप्न काय आहे?"

काही उत्तर आलं नाही. कारण अनेक वर्षांपासून तो फक्त एकच गोष्ट करत होता.

स्वतःची तुलना.

संकेतशी.

इतरांशी.

यशस्वी लोकांशी आणि तुलना करताना त्याने स्वतःची स्वप्नंच हरवून बसला होता. घरी परिस्थिती वेगळी होती, संकेत बारावीमध्ये टॉपर झाला होता.

त्याला पुण्यातील नामांकित अभियांत्रिकी महाविद्यालयात प्रवेश मिळाला. घरात पुन्हा आनंदाचं वातावरण होतं.

नातेवाईकांचे फोन.

अभिनंदनाचे संदेश.

मिठाई.

आनंद.

राकेशही आनंदी असल्याचं दाखवत होता. पण आतून तो अधिकच रिकामा होत चालला होता. त्या रात्री जेवताना रमाकांत म्हणाले, "संकेतचं बघ, किती मेहनत घेतली म्हणून यश मिळालं."

हे वाक्य साधं होतं. पण राकेशला त्याचा वेगळाच अर्थ ऐकू आला. "तू मेहनत घेतली नाहीस म्हणून तू अपयशी आहेस." त्याने शांतपणे जेवण संपवलं. कोणाशी काही न बोलता आपल्या खोलीत गेला. खोलीत एक आरसा होता. तो बराच वेळ स्वतःकडे पाहत राहिला. मग हळूच म्हणाला, "तू कोण आहेस?"

आरशातला चेहरा शांत होता. पण त्याच्या डोळयांत हरवल्यासारखी भावना होती. त्या दिवसानंतर त्याची एक सवय लागली. रात्री सगळे झोपल्यानंतर तो डायरी लिहू लागला. पहिल्या पानावर त्याने लिहिलं-

"प्रिय डायरी,

आज मला जाणवलं की मी आयुष्यात कुठेच पोहोचलो नाही. संकेतला त्याचा मार्ग सापडला आहे. पण मी अजूनही तिथेच उभा आहे. कधी कधी मला वाटतं, मी जिथे आहे तिथेच राहणार आहे. कायम."

ते शब्द लिहिताना त्याच्या डोळ्यांत पाणी आलं. पण त्याने अश्रू पुसले. कारण रडण्याचीही त्याला सवय राहिली नव्हती. काही आठवड्यांनी कॉलेजचा निरोप समारंभ झाला. सगळे मित्र एकमेकांसोबत फोटो काढत होते.

हसत होते. भविष्याबद्दल बोलत होते. नेहाही तिथे होती. तिने दूरून त्याला पाहिलं.

हसली.

हात हलवला.

राकेशनेही हसून प्रतिसाद दिला. पण त्याला जाणवलं काही नाती आयुष्यात कायमची अपूर्ण राहतात. समारंभ संपल्यावर तो एकटाच कॉलेजच्या मैदानावर बसला. सूर्य मावळत होता, कॉलेजची इमारत सोनेरी प्रकाशात न्हाऊन निघाली होती. त्याने आजूबाजूला पाहिलं. इथे त्याने तीन वर्षं घालवली होती. पहिलं प्रेम अनुभवलं होतं, मित्र मिळवले होते आणि स्वतःला हरवलंही होतं. संध्याकाळचा वारा वाहत होता. तो उठला, एकदा मागे वळून कॉलेजकडे पाहिलं आणि मनात म्हटलं "आता पुढे काय?"

त्याला माहीत नव्हतं...की काही महिन्यांनंतर आयुष्य त्याला पहिली मोठी संधी देणार होतं. एक अशी संधी...जी त्याच्या आयुष्याचा मार्ग बदलू शकली असती.

बँकेची परीक्षा आणि त्या परीक्षेसोबत सुरू होणार होता राकेशच्या संघर्षाचा एक नवीन अध्याय.

****

प्रकरण ५

कॉलेज संपल्यानंतरचं आयुष्य राकेशसाठी अनोळखी रस्त्यासारखं होतं.

ना दिशा.

ना स्पष्ट ध्येय.

ना स्वतःवर विश्वास.

सकाळी उठायचं, वर्तमानपत्र चाळायचं, नोकरीच्या जाहिराती पाहायच्या. अर्ज भरायचे आणि पुन्हा वाट पाहायची. दिवसामागून दिवस जात होते. पण काहीच घडत नव्हतं. एका दुपारी रमाकांत ऑफिसमधून घरी आले. त्यांच्या हातात वर्तमानपत्र होतं.

"राकेश."

"हं?"

"ही जाहिरात बघ."

राकेशने वर्तमानपत्र हातात घेतलं. राष्ट्रीयकृत बँकेत भरती लिपिक पदासाठी परीक्षा. देशभरातून अर्ज मागवले होते.

"फॉर्म भर."

रमाकांत म्हणाले.

"माझं होणार नाही."

"का?"

"स्पर्धा खूप असेल."

रमाकांत काही क्षण त्याच्याकडे पाहत राहिले.

"प्रयत्न तरी कर."

त्या रात्री राकेश बराच वेळ विचार करत राहिला. त्याच्या मनात दोन आवाज होते. पहिला म्हणत होता *"तू नाही करू शकणार."*

दुसरा म्हणत होता *"एकदा प्रयत्न करून बघ."* शेवटी त्याने फॉर्म भरला. त्यानंतरची काही महिने त्याच्या आयुष्यातील सर्वात कठीण महिने ठरले. पहिल्यांदाच तो एखाद्या गोष्टीसाठी पूर्ण ताकदीने झगडत होता.

सकाळी अभ्यास.

दुपारी अभ्यास.

रात्री अभ्यास.

गणित.

तर्कशक्ती.

इंग्रजी.

सामान्य ज्ञान.

एकामागून एक पुस्तकं.

मनोज नावाचा एक मित्र त्याला कोचिंग क्लासमध्ये भेटला. मनोज अगदी उलट स्वभावाचा होता.

बडबडा.

आत्मविश्वासी.

नेहमी हसणारा.

पहिल्याच दिवशी त्याने विचारलं, "तू इतका गंभीर का असतोस?"

राकेश हसला.

"माहित नाही."

"आजपासून तू माझा मित्र."

"असं कसं?"

"झालं."

मनोजच्या मैत्रीने राकेशच्या आयुष्यात थोडा प्रकाश आणला. अनेक वर्षांनी त्याला असा मित्र मिळाला होता जो त्याची तुलना कुणाशी करत

नव्हता. जो त्याला फक्त "राकेश" म्हणून स्वीकारत होता. परीक्षेचा दिवस आला, मोठं परीक्षा केंद्र, हजारो विद्यार्थी.

तणाव.

गोंधळ.

अपेक्षा.

राकेशच्या हातांना धाम फुटला होता. त्याला पुन्हा नेहाचा नकार आठवत होता. दहावीचा निकाल आठवत होता. नातेवाईकांचे टोमणे आठवत होते. तो स्वतःशीच म्हणाला,

"या वेळी नाही."

"या वेळी मी प्रयत्न करणार."

पेपर सुरू झाला.

पहिला प्रश्न.

दुसरा.

तिसरा.

हळूहळू त्याचा आत्मविश्वास वाढू लागला. जे त्याने अभ्यासलं होतं तेच समोर येत होतं. तीन तास कसे गेले त्यालाच कळलं नाही. बाहेर पडल्यावर मनोज धावत आला.

"कसा गेला?"

"ठीक."

"ठीक म्हणजे?"

"चांगला."

मनोज मोठ्याने हसला.

"मग पार्टी पक्की."

निकाल लागायला दोन महिने लागणार होते. ते दोन महिने राकेशच्या आयुष्यातील सर्वात लांब महिने होते. प्रत्येक सकाळ आशेने सुरू व्हायची.

आणि प्रत्येक रात्र अनिश्चिततेने संपायची. निकालाचा दिवस आला. सकाळी आठ वाजता वेबसाईट उघडायची होती. घरात सगळे जमा झाले होते. संकेत पुण्यावरून आला होता. प्रकाशही होता. सुमन देवासमोर दिवा लावून बसली होती. रमाकांतांनी सीट नंबर टाकला. स्क्रीन काही क्षण फिरत राहिली.

मग निकाल दिसला.

SELECTED

क्षणभर कुणीच काही बोललं नाही. जणू सगळ्यांचा विश्वासच बसत नव्हता.

"झालं!"

संकेत ओरडला. "दादा निवडला गेला!" सुमनच्या डोळ्यांत आनंदाश्रू आले. प्रकाशने त्याला मिठी मारली. मनोजचा फोन आला.

"अरे बँक ऑफिसर!"

दोघे हसू लागले. राकेश मात्र स्क्रीनकडे पाहत राहिला. त्याच्या डोळ्यांत पाणी आलं. कारण आयुष्यात पहिल्यांदाच... त्याने स्वतःच्या मेहनतीने मोठं यश मिळवलं होतं. त्या संध्याकाळी घरात मिठाई आली.

शेजारी आले.

अभिनंदन झाले.

सगळे आनंदी होते.

राकेश शांतपणे बाबांच्या जवळ बसला होता. त्याच्या मनात एकच अपेक्षा होती.

फक्त एक.

लहानपणापासूनची.

"शाब्बास राकेश."

"मला तुझा अभिमान आहे."

पण रात्री झोपण्यापूर्वी रमाकांत फक्त एवढंच म्हणाले, "देवाची कृपा आहे."

बस.

इतकंच.

राकेश हसला.

मान हलवली आणि आपल्या खोलीत गेला. टेबलाजवळ बसून त्याने डायरी उघडली. त्याने लिहिलं-

"आज माझी बँकेत निवड झाली. सगळे आनंदी आहेत. मलाही आनंद आहे. पण विचित्र गोष्ट म्हणजे...मला अजूनही काहीतरी कमी वाटतंय. कदाचित मी अजूनही त्या एका वाक्याची वाट पाहतोय.

'मला तुझ्यावर अभिमान आहे.'"

त्याने डायरी बंद केली. खिडकीतून बाहेर पाहिलं. रात्र शांत होती आणि त्याला माहीत नव्हतं ही नोकरी त्याला आर्थिक स्थैर्य देईल. पण मनातली पोकळी भरू शकणार नाही. कारण काही भूक पैशाने भागत नाही.

ती फक्त प्रेमाने भागते. नियुक्तीपत्र हातात आल्याचा दिवस राकेश आयुष्यभर विसरणार नव्हता.

सरकारी बँक.

स्थिर नोकरी.

नियमित पगार आणि सर्वात महत्त्वाचं म्हणजे पहिल्यांदाच स्वतःच्या पायांवर उभं राहण्याची संधी. तो पत्र हातात घेऊन बराच वेळ बसला होता. पत्रावरील प्रत्येक शब्द पुन्हा पुन्हा वाचत होता. "आपली निवड करण्यात आलेली आहे..."

त्या एका वाक्यासाठी त्याने किती रात्री जागून काढल्या होत्या. किती वेळा स्वतःवर शंका घेतली होती. किती वेळा हार मानण्याचा विचार केला होता आणि आज...तो यशस्वी झाला होता. नोकरीसाठी त्याची नियुक्ती शहरापासून थोड्या अंतरावर असलेल्या शाखेत झाली. पहिल्या दिवशी सकाळी तो खूप लवकर उठला.

नवीन इस्त्री केलेला शर्ट.

काळी पँट.

चमकवलेले बूट.

आरशासमोर उभा राहून तो स्वतःकडे पाहत होता. त्याला आठवलं काही वर्षांपूर्वी तो स्वतःला अपयशी समजत होता. आज तो बँक कर्मचारी बनला होता. सुमनने दही-साखर दिली.

"यशस्वी हो."

रमाकांतांनी फक्त मान हलवली "काम प्रामाणिकपणे कर."

तेवढंच. पण आज राकेशला त्याची खंत वाटली नाही. कारण आज त्याच्या मनात स्वतःबद्दल थोडासा अभिमान निर्माण झाला होता. बँकेची इमारत फार मोठी नव्हती, जुन्या प्रकारची शाखा. लाकडी काऊंटर, लोखंडी कपाटं, पंख्यांचा आवाज आणि ग्राहकांची सततची वर्दळ.

व्यवस्थापकांनी त्याचं स्वागत केलं.

"नवीन आहात?"

"हो सर."

"नाव?"

"राकेश देशमुख."

"स्वागत आहे."

तो दिवस पूर्णपणे नवीन अनुभवांनी भरलेला होता.

खाती.

चेक.

ठेवी.

पासबुक.

कर्ज फाईली.

सगळं काही नवीन होतं. पण राकेश शिकत होता आणि मनापासून शिकत होता. काही आठवड्यांतच त्याची ओळख मेहनती कर्मचारी म्हणून होऊ लागली. तो वेळेवर यायचा, प्रामाणिकपणे काम करायचा, ग्राहकांशी नम्रपणे बोलायचा आणि कोणतंही काम टाळायचा नाही. एक दिवस एक वृद्ध गृहस्थ आले. त्यांना फॉर्म भरता येत नव्हता, इतर कर्मचारी व्यस्त होते. राकेशने त्यांना बसवलं, फॉर्म भरून दिला. सगळं समजावून सांगितलं. काम पूर्ण झाल्यावर वृद्ध गृहस्थ म्हणाले, "बाळा, देव तुझं भलं करो."

त्या शब्दांनी त्याच्या चेहऱ्यावर हसू आलं.

कौतुक.

स्वीकार.

कृतज्ञता.

त्याला जाणवलं लोकांच्या आयुष्यात उपयोगी पडण्यातही एक वेगळं समाधान असतं. दिवस सरत गेले, पहिला पगार आला. पगाराची रक्कम फार मोठी नव्हती.

पण ती त्याच्या आयुष्यातील सर्वात मौल्यवान रक्कम होती. एटीएममधून पैसे काढताना त्याच्या हातांना थरथर आली. कारण त्या नोटांमध्ये त्याची मेहनत होती. त्याचा संघर्ष होता, त्याचा स्वाभिमान होता. तो सरळ घरी गेला.

सुमन स्वयंपाकघरात होती. त्याने तिच्या हातात एक पाकीट ठेवलं.

"हे काय?"

"माझा पहिला पगार."

सुमनच्या डोळ्यांत अश्रू आले.

"सगळे का देतोयस?"

"कारण माझं सगळं तुमचंच आहे."

ती काही बोलू शकली नाही. फक्त त्याच्या डोक्यावर हात ठेवला. त्या रात्री रमाकांत बराच वेळ शांत बसले होते. त्यांच्या चेहऱ्यावर समाधान होतं. पण त्यांनी नेहमीप्रमाणे भावना व्यक्त केल्या नाहीत. जेवणानंतर ते फक्त एवढंच म्हणाले, "जबाबदारी वाढली आता."

राकेशने मान हलवली. पण मनाच्या कुठल्यातरी कोपऱ्यात त्याला अजूनही त्या एका वाक्याची प्रतीक्षा होती. काही महिन्यांनी शाखेच्या वार्षिक आढाव्याची बैठक झाली. व्यवस्थापकांनी सर्व कर्मचाऱ्यांसमोर त्याचं कौतुक केलं. "राकेश हा आमच्या शाखेतील सर्वात विश्वासू कर्मचाऱ्यांपैकी एक आहे." सगळ्यांनी टाळ्या वाजवल्या. त्याच्या सहकाऱ्यांनी अभिनंदन केलं.

त्या दिवशी घरी परतताना त्याच्या मनात एक वेगळाच आनंद होता.

त्याला वाटलं कदाचित आता बाबा आनंदी होतील. कदाचित आता ते म्हणतील "शाब्बास."

पण घरी आल्यावर परिस्थिती वेगळी होती. संकेतचा फोन आला होता. त्याला महाविद्यालयात सुवर्णपदक मिळालं होतं. घरात पुन्हा आनंदाची लाट आली. सुमन आनंदाने रडत होती. रमाकांत अभिमानाने सगळ्यांना फोन करत होते. नातेवाईक अभिनंदन करत होते. राकेश शांतपणे उभा राहून सगळं पाहत होता. त्याच्या हातात अजूनही शाखेतील कौतुकाचं प्रमाणपत्र होतं.

पण कुणाचं लक्ष त्याकडे गेलं नाही. त्या रात्री त्याने डायरीत लिहिलं-

"आज ऑफिसमध्ये माझं कौतुक झालं. लोक म्हणाले मी चांगलं काम करतो. मला आनंद झाला. पण घरी आल्यावर पुन्हा जाणवलं काही लोकांना तुमचं यश दिसतं. आणि काही लोकांना फक्त तुमच्यापेक्षा जास्त यशस्वी लोक दिसतात."

खिडकीबाहेर रात्र शांत होती. पण राकेशच्या मनात पुन्हा एक जुनी पोकळी जागी झाली होती.

नोकरी मिळाली होती.

पगार मिळत होता.

लोक आदर करत होते.

तरीही... तो अजूनही स्वतःला शोधत होता. काळ कुणासाठी थांबत नाही. तो पुढे सरकत राहतो आणि त्याच्यासोबत माणसांची आयुष्यंही बदलत राहतात. राकेशच्या नोकरीला आता तीन वर्षे झाली होती. तो बँकेत स्थिरावला होता. सहकाऱ्यांमध्ये त्याची चांगली ओळख निर्माण झाली होती.

ग्राहक त्याच्यावर विश्वास ठेवत होते. व्यवस्थापक त्याच्या कामाचं कौतुक करत होते.

पण घरात...

त्याची ओळख अजूनही तीच होती.

"मोठा मुलगा."

बस.

त्या काळात संकेतचं आयुष्य वेगाने पुढे जात होतं. अभियांत्रिकी पूर्ण झाल्यानंतर त्याला पुण्यातील एका मोठ्या आयटी कंपनीत नोकरी मिळाली.

पगार मोठा होता.

ऑफिस भव्य होतं आणि भविष्य उज्ज्वल दिसत होतं. संकेत घरी आला की वातावरण बदलून जायचं. त्याच्या प्रोजेक्ट्सच्या गोष्टी.
कंपनीच्या गोष्टी.
नवीन शहराच्या गोष्टी.
सगळे उत्साहाने ऐकायचे. "आमच्या मुलाचा पगार इतका आहे."
रमाकांत अभिमानाने सांगायचे.
"वा!"
"खूप छान!"
"मोठं नाव काढेल."
राकेशही तिथे बसलेला असायचा. तो हसायचा. अभिनंदन करायचा.
पण त्याच्या मनात एक वेगळीच भावना निर्माण होत होती. एक दिवस ऑफिसमधून परतल्यावर त्याने डायरीत लिहिलं-
"मला संकेतचा अभिमान आहे. पण प्रत्येक वेळी त्याचं कौतुक ऐकताना मला स्वतःची आठवण का होते? मी इतका छोटा का वाटतो स्वतःला?"
त्या प्रश्नाचं उत्तर त्याच्याकडे नव्हतं. दरम्यान प्रकाशही मागे नव्हता.
खेळात त्याने मोठं नाव कमावलं होतं. जिल्हास्तरीय स्पर्धा.
राज्यस्तरीय स्पर्धा.
वृत्तपत्रात फोटो.
सन्मानचिन्हं.
पदकं.
एक दिवस स्थानिक वर्तमानपत्रात प्रकाशचा मोठा फोटो छापून आला. घरात पुन्हा आनंदाचा माहोल. शेजारी अभिनंदन करायला आले. सुमनने वर्तमानपत्र जपून ठेवले. रमाकांतांनी अनेकांना दाखवलं. राकेश शांतपणे ते दृश्य पाहत होता. त्याला प्रकाशचा अभिमान होता. खरंच होता. पण

प्रत्येक उत्सवाच्या वेळी त्याच्या मनात एक रिकामी खुर्ची दिसायची. त्या खुर्चीवर त्याचं स्वतःचं कौतुक बसलेलं असायचं. जे कधीच आलं नाही.
एक रविवार.
सगळे जेवायला बसले होते. संकेतने सांगितलं, "मला ऑनसाईट जाण्याची संधी मिळू शकते."
"कुठे?"
सुमनने विचारलं.
"सिंगापूर."
क्षणात सगळ्यांचे चेहरे उजळले.
"वा!"
"अप्रतिम!"
"हे तर खूप मोठं आहे."
रमाकांत आनंदाने म्हणाले, "माझी स्वप्नं पूर्ण होत आहेत." हे वाक्य ऐकताच राकेशच्या हातातला घास थांबला. "माझी स्वप्नं पूर्ण होत आहेत." त्याला अचानक प्रश्न पडला "मग माझं काय?" तो काही बोलला नाही. शांतपणे जेवण संपवलं आणि बाहेर निघून गेला. रस्त्यावर चालताना त्याला जाणवलं तो आता इतराशी स्पर्धा करत नव्हता. तो स्वतःच्या सावलीशी लढत होता.
त्या रात्री मनोजचा फोन आला.
"काय करतोस?"
"काही नाही."
"आवाज उदास वाटतोय."
"नाही रे."
"खोटं बोलू नकोस."

मनोज त्याला खूप चांगला ओळखत होता. काही क्षण शांतता पसरली. मग राकेश म्हणाला, "कधी कधी वाटतं...मी घरात अतिरिक्त माणूस आहे."

फोनच्या दुसऱ्या टोकाला शांतता पसरली. मग मनोज हळू आवाजात म्हणाला, "तुला माहिती आहे का?"

"काय?"

"जगात सगळ्यात धोकादायक गोष्ट कोणती आहे?"

"काय?"

"स्वतःची किंमत दुसऱ्यांच्या यशाने मोजणं." राकेश काही बोलला नाही. पण ते शब्द त्याच्या मनात रुतून बसले. त्या रात्री झोपण्यापूर्वी त्याने आरशात स्वतःकडे पाहिलं आणि पहिल्यांदाच त्याला जाणवलं तो स्वतःला हरवत चालला आहे. कारण तो आयुष्यभर एकच गोष्ट शोधत होता.

स्वीकार.

आणि तो स्वीकार त्याला कुठेच सापडत नव्हता. खिडकीबाहेर चंद्र चमकत होता. घरात सगळे झोपले होते. पण राकेशच्या मनात एक वादळ तयार होत होतं. एक असं वादळ...जे पुढच्या काही वर्षांत त्याचं संपूर्ण आयुष्य बदलून टाकणार होतं.

****

प्रकरण ६

वय अठ्ठावीस.

नोकरी होती.

नियमित पगार होता.

राहायला घर होतं.

आई-वडील होते.

भाऊ होते.

मित्र होता.

बाहेरून पाहिलं तर राकेशचं आयुष्य व्यवस्थित वाटत होतं. पण काही आयुष्यं बाहेरून जितकी नीटनेटकी दिसतात...आतून तितकीच उद्ध्वस्त असतात.

राकेशच्या बाबतीतही तेच होतं. गेल्या काही वर्षांत त्याच्या आयुष्यात एक सवय निर्माण झाली होती. रात्री जागण्याची..दिवसभर तो सामान्य माणसासारखा वागायचा.

बँकेत काम.

ग्राहकांशी बोलणं.

सहकाऱ्यांसोबत हसणं.

संध्याकाळी घरी येणं.

जेवण.

आणि मग...

रात्र.

रात्र झाली की त्याच्या मनातले आवाज जागे व्हायचे. तो बेडवर पडून छताकडे पाहत राहायचा. घड्याळाचे काटे पुढे सरकत राहायचे.

बारा.

एक.

दोन.

तीन.

पण झोप यायची नाही. त्याच्या डोक्यात विचारांचं वादळ असायचं. वय वाढत होतं. जबाबदाऱ्या वाढत होत्या. पण त्याचं वैयक्तिक आयुष्य जणू तिथेच थांबून राहिलं होतं. कधी कधी त्याला स्वतःचाच राग यायचा. कारण त्याच्या मनात अशा इच्छा जाग्या व्हायच्या ज्या प्रत्येक सामान्य माणसाच्या मनात जाग्या होतात.

प्रेमाची इच्छा.

सहवासाची इच्छा.

जवळीकीची इच्छा.

तो स्वतःला समजावायचा.

"हे चुकीचं नाही."

"मी काही वेगळा नाही."

“मीही एक सामान्य माणूस आहे.”

पण समाजाने, संस्कारांनी आणि स्वतःच्या संकोची स्वभावाने त्याला भावना व्यक्त करायलाच शिकवलं नव्हतं. त्यामुळे त्या सगळ्या भावना मनाच्या आत खोलवर साचत गेल्या कधी कधी त्याला वाटायचं जर माझंही लग्न झालं असतं... जर माझ्याही आयुष्यात कुणीतरी असतं...तर कदाचित हे विचार इतके एकाकी वाटले नसते त्याला जाणवत होतं की शरीराच्या गरजा तात्पुरत्या शांत करता येतात. पण मनाची भूक... ती तशीच राहते.

माणसाला फक्त शारीरिक समाधान पुरेसं नसतं. त्याला कोणीतरी ऐकणारं माणूस लागतं. त्याला मिठी मारणारं माणूस लागतं. त्याच्या डोळ्यांतील दुःख शब्दांशिवाय समजणारं माणूस लागतं. "माझ्या आयुष्याचा विचार कुणी करणार आहे का? की मी कायम इतरांच्या आनंदासाठी जगत राहणार?"

त्याच्या डोळ्यांत नकळत पाणी आलं. कारण त्याला पहिल्यांदाच जाणवत होतं तो फक्त लग्नासाठी नाही तर प्रेमासाठी, आपलेपणासाठी आणि स्वतःच्या आयुष्यात कुणीतरी असावं यासाठी तडफडत होता. असं अनेकदा होतं............ वारंवार.. ....तेच विचार पुन्हा डोकं वर काढायचे

"जर मी जास्त हुशार असतो..."

"जर मला ९०% मिळाले असते..."

"जर नेहाने होकार दिला असता..."

"जर बाबा माझ्यावर अभिमान बाळगला असता..."

"जर..."

"जर..."

"जर..."

माणूस जेव्हा वर्तमानात जगणं सोडून "जर" मध्ये जगायला लागतो...तेव्हा त्याचं आयुष्य हळूहळू त्याच्या हातातून निसटू लागतं. राकेशचंही तसंच होत होतं. एक दिवस ऑफिसमध्ये एक छोटासा प्रसंग घडला. एक नवीन कर्मचारी शाखेत रुजू झाला.

वय पंचवीस.

उत्साही.

आत्मविश्वासाने भरलेला.

तो सर्वांशी सहज बोलत होता, हसत होता, योजना सांगत होता, भविष्याबद्दल बोलत होता. राकेश त्याच्याकडे पाहत राहिला आणि अचानक त्याच्या मनात विचार आला "मी कधी असा होतो का?"

त्या प्रश्नाचं उत्तर त्याला आठवलं नाही. कारण अनेक वर्षांपासून तो स्वतःला कमी समजण्यात इतका गुंतला होता...की स्वतःची खरी

ओळखच विसरून गेला होता. त्या दिवसापासून त्याने आरशात स्वतःकडे पाहणं वाढवलं.

प्रत्येक सकाळी.

प्रत्येक रात्री.

तो स्वतःच्या डोळ्यांत पाहायचा आणि स्वतःलाच विचारायचा "तू कोण आहेस?"

उत्तर मिळत नव्हतं.

एक शनिवार.

बँकेला सुट्टी होती.

सकाळपासून तो घरी एकटाच होता. सुमन आणि रमाकांत नातेवाईकांकडे गेले होते. संकेत पुण्यात होता. प्रकाश स्पर्धेसाठी बाहेर गेला होता. संपूर्ण घर शांत होतं. इतकं शांत...की भिंतींचा आवाजही ऐकू येत होता. राकेश हॉलमध्ये बसला होता. समोर टीव्ही सुरू होता, पण त्याचं लक्ष नव्हतं. अचानक त्याची नजर जुन्या फोटो अल्बमवर गेली.

त्याने तो उघडला.

पहिला फोटो.

लहानपणीचा.

आईच्या मांडीवर बसलेला.

हसरा.

निरागस.

दुसरा फोटो.

शाळेच्या गणवेशात.

हातात चित्रकलेचं प्रमाणपत्र.

डोळ्यांत चमक.

तिसरा फोटो.

कॉलेजचा.

मित्रांसोबत.

राकेश बराच वेळ फोटो पाहत राहिला आणि अचानक त्याच्या डोळ्यांत पाणी आलं. कारण त्याला जाणवलं या प्रत्येक फोटोतला मुलगा आनंदी दिसत होता.

पण आज...

तो स्वतःला ओळखू शकत नव्हता. त्या रात्री त्याने डायरी उघडली. काही मिनिटं तो पेन हातात धरून बसला. मग लिहायला सुरुवात केली.

"प्रिय डायरी,

आज मला भीती वाटते.

मी नोकरीत आहे.

मी कमावतो.

मी जगतो.

पण मी आनंदी आहे का?

या प्रश्नाचं उत्तर माझ्याकडे नाही. मला वाटतं मी आयुष्यभर कुणाचंतरी प्रेम शोधत राहिलो आणि त्या शोधात स्वतःला हरवून बसलो."

तो लिहित राहिला.

पानामागून पान.

शब्दामागून शब्द आणि प्रत्येक शब्दासोबत त्याच्या मनात साचलेलं दुःख बाहेर पडत राहिलं. पहाटे चार वाजले होते. खिडकीतून हलका प्रकाश आत येत होता. पक्ष्यांचे आवाज सुरू झाले होते. राकेश खिडकीजवळ उभा राहिला. संपूर्ण शहर झोपेतून जागं होत होतं. पण त्याच्या मनातली

रात्र अजून संपली नव्हती. त्या पहाटे त्याला पहिल्यांदाच जाणवलं तो फक्त दुःखी नाही.

तो एकटा आहे.

खूप एकटा.

आणि एकटेपणा...

तो अनेकदा माणसाला अशा रस्त्यावर घेऊन जातो... जिथून परत येणं सोपं नसतं. खिडकीबाहेर सूर्य उगवत होता. पण राकेशच्या मनात...अंधार अजूनही कायम होता.

****

प्रकरण ७

द्वेष कधीही एका दिवसात जन्म घेत नाही.

तो हळूहळू वाढतो.

वर्षानुवर्षे.

अनुभवामागून अनुभव.

जखमामागून जखम आणि एक दिवस... तो मनाच्या आत खोलवर रुजून बसतो. राकेशच्या आयुष्यातही तसंच होत होतं. तो मूलतः वाईट माणूस नव्हता. त्याला कुणाचं वाईट वाटत नव्हतं. लहानपणी तर संकेतचं यश पाहून तो आनंदी व्हायचा. प्रकाश जिंकला की सर्वात आधी टाळ्या तोच वाजवायचा. पण काळ जसजसा पुढे सरकत गेला... तसतसं त्याच्या मनात काहीतरी बदलत गेलं. त्या वर्षी संकेतला मोठी बढती मिळाली. आयटी कंपनीत वरिष्ठ पद.

मोठा पगार.

नवीन घर.

नवीन कार.

घरात पुन्हा उत्सवाचं वातावरण होतं. सुमन आनंदाने नातेवाईकांना फोन करत होती. रमाकांतांच्या चेहऱ्यावर अभिमान ओसंडून वाहत होता.

"माझा मुलगा आता मॅनेजर झाला." ते प्रत्येकाला सांगत होते. राकेशही तिथेच उभा होता.

तो हसत होता.

संकेतचं अभिनंदन करत होता. पण आतमध्ये...एक वेगळीच भावना जन्म घेत होती. त्या रात्री तो आपल्या खोलीत बसला होता. समोर डायरी उघडी होती. पण शब्द येत नव्हते. त्याऐवजी त्याच्या मनात एक प्रश्न घुमत होता.

"मला आनंद का होत नाही?" तो स्वतःच घाबरला. कारण त्याला आनंद व्हायला हवा होता. संकेत त्याचा भाऊ होता. त्याचं यश म्हणजे घराचं यश होतं. मग छातीत ही जळजळ का होत होती? पहिल्यांदाच त्याने स्वतःशी प्रामाणिकपणे कबूल केलं.

"मला हेवा वाटतो."

हे शब्द उच्चारताना त्याला स्वतःची लाज वाटली. पण सत्य तसंच होतं. त्याला संकेतचा द्वेष नव्हता. त्याला स्वतःच्या अपूर्णतेचा राग होता. पण अनेकदा माणूस स्वतःवरचा राग इतरांवर टाकतो. काही दिवसांनी प्रकाशची राज्यस्तरीय स्पर्धेसाठी निवड झाली. वृत्तपत्रात त्याचा फोटो आला.

घरात पुन्हा आनंद.

पुन्हा अभिनंदन.

पुन्हा अभिमान.

राकेश वर्तमानपत्र हातात घेऊन बसला होता. त्याने फोटो पाहिला. प्रकाश हसत होता. त्याच्या गळ्यात पदक होतं आणि अचानक राकेशच्या मनात एक विचार आला "नशीब चांगलं आहे याचं."

तो दचकला.

कारण हा विचार त्याचा नव्हता. किमान पूर्वी तरी नव्हता. पूर्वी तो म्हणाला असता "माझा भाऊ मेहनती आहे." आता तो म्हणत होता "नशीबवान आहे."

हेच द्वेषाचं पहिलं लक्षण असतं. दुसऱ्याच्या यशाचं मूल्य कमी करण्याचा प्रयत्न. ऑफिसमध्येही त्याचा परिणाम दिसू लागला. एका दिवशी सहकारी अमोलला पुरस्कार मिळाला. सगळे त्याचं कौतुक करत होते. राकेश हसला. पण मनात म्हणाला "काय मोठं केलंय?" त्याला जाणवलंही नाही...

की तो बदलत चालला आहे.

एक संध्याकाळ.

मनोज त्याला भेटायला आला.

दोघे चहाच्या टपरीवर बसले होते.

"काय चाललंय?"

मनोजने विचारलं.

"काही नाही."

"खोटं."

राकेश हसला.

"तुला कसं कळतं?"

"तुझा चेहरा सांगतो."

काही क्षण शांतता.

मग राकेश म्हणाला,

"मनोज."

"हं?"

"तुला कधी असं वाटलंय का..."

"काय?"

"की आयुष्याने तुला विसरलं आहे?"

मनोज त्याच्याकडे पाहत राहिला. मग हळू आवाजात म्हणाला,

"तुला माहिती आहे तुझी समस्या काय आहे?"

"काय?"

"तू सतत वर बघतोस."

"म्हणजे?"

"तुझ्यापेक्षा पुढे गेलेल्या लोकांकडे."

"म्हणून तुला स्वतःचं आयुष्य छोटं वाटतं."

राकेश गप्प झाला. कारण ते सत्य होतं. त्या रात्री घरी परतल्यावर त्याने आरशात स्वतःकडे पाहिलं आणि पहिल्यांदाच त्याला स्वतःचा चेहरा आवडला नाही. कारण त्याच्या डोळ्यांत काहीतरी नवीन दिसत होतं. असूया, राग आणि स्वतःबद्दलचा तिरस्कार. खिडकीबाहेर काळोख पसरला होता आणि त्याच्या मनातही.

त्या अंधारात...

द्वेषाची पहिली बीजे रुजली होती आणि अजून त्याला कल्पना नव्हती की ही बीजे एक दिवस त्याच्या नात्यांना, त्याच्या मनाला आणि त्याच्या आयुष्यालाच पोखरून टाकणार होती.

काळ पुढे सरकत होता. संकेत आता नोकरीत स्थिर झाला होता.

चांगला पगार.

मोठी कंपनी.

उज्ज्वल भविष्य.

देशमुख कुटुंबासाठी तो अभिमानाचा विषय होता आणि मग एक दिवस रमाकांतांनी जाहीर केलं "संकेतचं लग्न ठरलं." घरात आनंदाची लाट पसरली. सुमनच्या चेहऱ्यावर समाधान होतं. प्रकाश उत्साहाने तयारीला लागला. नातेवाईकांचे फोन सुरू झाले आणि राकेश... तो नेहमीप्रमाणे शांत होता.

"मुलगी कोण आहे?"

त्याने विचारलं.

"मेघा."

"काय करते?"

“कंपनीत काम करते”

"छान."

त्याने हसून उत्तर दिलं. पण आतून त्याला एक विचित्र वेदना जाणवत होती.

संकेत आयुष्यातील आणखी एक टप्पा पार करत होता आणि तो? त्या आनंदाच्या गर्दीत राकेश एकटाच उभा होता. त्याच्या चेहऱ्यावर हसू होतं, पण मनात विचारांचं वादळ सुरू होतं. "संकेतचं लग्न ठरतंय... हे चांगलंच आहे." तो स्वतःला समजावत होता. "मला त्याचा आनंद आहे." पण मनात दुसराच प्रश्न पुन्हा पुन्हा डोकं वर काढत होता.

"माझं काय?"

मी मोठा असूनही माझ्या लग्नासाठी कोणी एवढा उत्साह दाखवला नाही.

कोणी आग्रह केला नाही.

कोणी धावपळ केली नाही.

कोणी माझ्यासाठी स्थळं शोधत बसलं नाही. मग माझ्यातच काहीतरी कमी आहे का?

उद्या नातेवाईक काय म्हणतील?

शेजारी काय बोलतील?

"मोठा मुलगा अजून अविवाहित आहे आणि धाकट्याचं लग्न झालं."

"काहीतरी कारण असेल."

"मुलातच काहीतरी उणीव असेल."

राकेशच्या मनात समाजाचे काल्पनिक आवाज घुमू लागले. त्याला वाटू लागलं की लोक त्याच्याकडे प्रश्नार्थक नजरेने पाहतील त्याचा न्याय करतील.

त्याच्याबद्दल निष्कर्ष काढतील आणि सगळ्यात जास्त वेदना एका गोष्टीची होत होती संकेतचं लग्न ठरत असल्यामुळे नाही... तर स्वतःच्या आयुष्याबद्दल कुणीच तितकं गंभीरपणे विचार केल्याचं त्याला कधी जाणवलं नव्हतं. त्या रात्री तो एकटाच गच्चीवर जाऊन बसला. खाली घरात लग्नाच्या चर्चा सुरू होत्या.

हशा होता.

उत्साह होता आणि वर आकाशाखाली बसलेला राकेश स्वतःलाच एकच प्रश्न विचारत होता "मी खरंच एवढा कमी आहे का की कुणालाही माझी गरज वाटत नाही?"

तो अजूनही त्याच ठिकाणी उभा होता. लग्नाचा दिवस उजाडला.

मंडप सजला होता.

संगीत.

नातेवाईक.

गर्दी.

हशा.

राकेश सर्व कामं सांभाळत होता. पाहुण्यांची व्यवस्था, खाण्यापिण्याची काळजी, फोटोग्राफर, मंडप सगळे त्याच्या जबाबदारीचं कौतुक करत होते. पण त्याच्या मनात एक रिकामी जागा होती. जेव्हा संकेत आणि मेघा सप्तपदी घेत होते...तेव्हा राकेश काही क्षण त्यांच्याकडे पाहत राहिला.

त्याला नेहा आठवली.

ती संध्याकाळ आठवली.

"मला तू आवडतेस" आणि त्यानंतरचा नकार.

त्याने पटकन नजर वळवली. कारण काही आठवणी अजूनही जखम बनून जिवंत होत्या. लग्नानंतर मेघा घरात आली. पहिल्याच दिवसापासून ती सगळ्यांमध्ये मिसळली.

हसतमुख.

समजूतदार.

नम्र.

सुमनला ती मुलीसारखी वाटू लागली. रमाकांतही तिच्यावर खूश होते.

प्रकाश तिच्याशी मोकळेपणाने बोलायचा आणि आश्चर्य म्हणजे...मेघा राकेशशीही आदराने वागायची.

"दादा, चहा घेणार?"

"हो."

"दादा, ऑफिस कसं चाललंय?"

"ठीक."

ती त्याच्याशी सहज बोलायची. कोणतीही तुलना नाही, कोणतीही अपेक्षा नाही. फक्त साधा मानवी संवाद.

एका संध्याकाळी ती बाल्कनीत उभी होती. राकेश ऑफिसमधून आला.

"दादा."

"हं?"

"तुम्ही नेहमी इतके शांत का असता?"

तो हसला.

"मलाही माहित नाही."

"मला वाटतं तुम्ही खूप काही मनात ठेवता."

क्षणभर तो स्तब्ध झाला. कारण हे वाक्य त्याने यापूर्वी फक्त नेहाकडून ऐकलं होतं.

"कदाचित."

तो एवढंच म्हणाला.

महिने सरत गेले.

घरात आनंद वाढत गेला आणि मग एक दिवस मेघाने खुशखबर दिली.

"आई..."

"काय गं?"

"तुम्ही आजी होणार आहात."

घरात आनंदाचा स्फोट झाला. सुमनच्या डोळ्यांत आनंदाश्रू आले.

रमाकांतांनी देवासमोर हात जोडले. संकेत आनंदाने हसत होता. राकेशही आनंदी होता.

खरंच.

पण त्याच वेळी त्याला स्वतःच्या आयुष्याची रिकामी बाजू अधिक स्पष्ट दिसू लागली. काही महिन्यांनी अर्णवचा जन्म झाला.

लहानसं बाळ.

निरागस चेहरा.

घरात पुन्हा नव्या जीवनाचा सुगंध भरला. सगळ्यांचं लक्ष आता अर्णवकडे होतं. सुमन दिवसभर त्याच्याभोवती असायची. संकेत आणि मेघा आनंदात होते. एका दुपारी राकेश घरी आला. घरात शांतता होती. मेघा अर्णवला दूध पाजत होती. क्षणात बाळ शांत झालं. त्याचे छोटे हात तिच्या साडीला घट्ट धरून होते. मेघा त्याच्याकडे पाहत हसत होती. आई आणि मुलाच्या त्या जगात बाकीचं सगळं अस्तित्व विसरलं गेलं होतं. ते दृश्य पाहून राकेश काही क्षण थांबला. त्याच्या मनात अचानक एक जुनी आठवण जागी झाली.

आईची कुशी.

लहानपण.

निरागस प्रेम.

त्याच्या डोळ्यांत पाणी आलं. कारण त्याला जाणवलं तो अजूनही प्रेमाची भूक घेऊन जगत होता. मेघाने मान वर केली, तिची आणि राकेशची नजर भिडली. क्षणभर दोघेही स्तब्ध झाले.

राकेश दचकला.

"सॉरी..."

तो पुटपुटला आणि लगेच नजरा वळवून आपल्या खोलीकडे निघून गेला.

दार बंद झालं. खोलीत येताच तो खुर्चीवर बसला. त्याच्या छातीत धडधड वाढली होती.

तो स्वतःलाच समजावण्याचा प्रयत्न करत होता.

"मी काय करत होतो?"

त्याने डोळे मिटले. पण समोर पुन्हा तेच दृश्य उभं राहिलं.

एक आई.

तिच्या कुशीतलं बाळ.

मेघाचे स्तन आणि त्या दोघांमधलं निर्व्याज प्रेम. त्याला अस्वस्थ वाटू लागलं.

लाज वाटू लागली आणि तरीही...मनात नेमकं काय चाललं आहे हे त्याला समजत नव्हतं. आत राकेश शांत बसून राहिला. स्वतःच्या मनात निर्माण झालेल्या गोंधळासोबत. त्या रात्री डायरीत त्याने लिहिलं-

"आज अर्णवला पाहिलं. त्याच्या चेहऱ्यावर शांतता होती. मला माझं बालपण आठवलं. कधी कधी वाटतं...मी अजूनही त्या चार वर्षांच्या मुलासारखाच आहे. जो आईचं लक्ष शोधत आहे. पण.... मेघा माझ्याबद्दल काय विचार करत असेल?"

//

त्या रात्री घरात पूर्ण शांतता होती. घड्याळात जवळपास दीड वाजला होता.

राकेशची अचानक जाग आली. घसा कोरडा पडला होता. तो हळूच उठला आणि स्वयंपाकघराकडे निघाला. कॉरिडॉरमधून जाताना संकेतच्या खोलीत दिवा चालू असल्याचं त्याच्या लक्षात आलं. दार पूर्ण बंद नव्हतं. आतून हलक्या आवाजात बोलणं ऐकू येत होतं. राकेशने सुरुवातीला त्याकडे दुर्लक्ष केलं.

तो पुढे निघून गेला.

पण तेवढ्यात त्याच्या कानावर एक शब्द पडला.

"राकेश..."

तो नकळत थांबला. त्याच्या छातीत धडधड वाढली. आत संकेत आणि मेघा बोलत होते.

"संकेत, मला एक गोष्ट सांगायची आहे."

"काय झालं?"

"मला कदाचित चुकीचं वाटत असेल... पण दादा कधी कधी अशा नजरेने पाहतात की मला अवघडल्यासारखं वाटतं."

संकेत काही क्षण शांत राहिला.

"तुला खात्री आहे?"

"मला माहित नाही कदाचित मी जास्त विचार करत असेन. पण मला अस्वस्थ वाटतं."

थोडा वेळ थांबून ती पुढे म्हणाली, "मला वाटतं दादा खूप एकटे आहेत."

"..."

"कदाचित बाबांनी त्यांच्या लग्नाचा विचार करायला हवा."

"म्हणजे?"

"घर, संसार, स्वतःचं माणूस... कदाचित त्यांना त्याची गरज आहे. ते आतून खूप रिकामे वाटतात."

खिडकीबाहेर रात्र शांत होती.त्याला स्वतःचीच लाज वाटत होती..पण राकेशच्या मनात एक नवीन पोकळी तयार होत होती.

एक अशी पोकळी...

जी लवकरच त्याला आयुष्यातील आणखी एका कठीण वळणावर घेऊन जाणार होती.

****

प्रकरण ८

वय एकतीस.

राकेशच्या आयुष्यात आता एक विचित्र शांतता आली होती. ती सुखाची नव्हती. ती हार मानलेल्या माणसाची शांतता होती.

सकाळी बँक.

संध्याकाळी घर.

रात्री डायरी.

आणि पुन्हा तेच.

ना प्रेयसी.

ना लग्न.

दिवस जात होते. पण आयुष्य पुढे सरकत नव्हतं.

एक रविवार.

सकाळची वेळ.

रमाकांत वर्तमानपत्र वाचत होते. सुमन स्वयंपाकघरात होती, राकेश चहा घेत बसला होता. अचानक रमाकांत म्हणाले,

"राकेश."

"हं?"

"एक स्थळ आलंय."

राकेशने वर्तमानपत्रातून नजर वर केली.

"माझ्यासाठी?"

"हो."

घरात काही क्षण शांतता पसरली. कारण हा विषय अनेक वर्षांनी निघाला होता.

"कोण आहे?"

सुमन बाहेर आली.

"सविता."

"काय करते?"

"शाळेत शिक्षिका आहे."

राकेश शांतपणे ऐकत होता. मग रमाकांत थोडे थांबले.

"एक गोष्ट आहे."

"काय?"

"ती घटस्फोटित आहे." राकेश काही क्षण गप्प राहिला.

"आणि?"

"तिला चार वर्षांची मुलगी आहे." घरात पुन्हा शांतता. सुमनच्या चेहऱ्यावर थोडी चिंता होती. रमाकांत उत्तराची वाट पाहत होते. राकेशने खिडकीबाहेर पाहिलं. काही वर्षांपूर्वी असं स्थळ आलं असतं तर कदाचित त्याने नकार दिला असता.

पण आता...

तो वेगळा झाला होता.

"भेटूया."

त्याने शांतपणे उत्तर दिलं. भेटीचा दिवस ठरला. एका छोट्या हॉटेलमध्ये दोघे समोरासमोर बसले होते. सविता साध्या साडीमध्ये होती. चेहरा सुंदर होता.

पण तिच्या डोळ्यांत जीवनाने दिलेल्या संघर्षाच्या खुणा होत्या. काही मिनिटं दोघेही शांत होते. मग सवितानेच सुरुवात केली.

"मी सरळ बोलते."

"ठीक आहे."

"माझं पहिलं लग्न खूप वाईट होतं."

राकेश तिच्याकडे पाहत राहिला.

"दारू."

"मारहाण."

"अपमान"

"आणि शेवटी घटस्फोट."

तिचा आवाज स्थिर होता. पण त्यामागे वेदना स्पष्ट जाणवत होती.

"माझी मुलगी आहे."

"पिंकी."

"तीच माझं जग आहे."

राकेशने मान हलवली.

"समजलं."

"आणि तुम्ही?"

तिने विचारलं. राकेश काही क्षण हसला. "माझी कथा फार वेगळी नाही."

"म्हणजे?"

"फक्त मला कुणी मारलं नाही."

"बाकी सगळं आयुष्यभर चालू होतं."

सविता त्याच्याकडे पाहत राहिली. तिला त्या वाक्यामागची वेदना जाणवली.

"तुम्ही खूप एकटे आहात." ती हळू आवाजात म्हणाली.

राकेश दचकला.

कारण इतक्या वर्षांत कुणीही त्याला हे थेट सांगितलं नव्हतं.

"कदाचित."

तो म्हणाला.

त्या दिवशी घरी परतताना त्याच्या मनात एक विचित्र हलकं वाटत होतं.

पहिल्यांदाच कुणीतरी त्याचं बोलणं ऐकलं होतं. त्याचा न्याय केला नव्हता.

त्याची तुलना केली नव्हती. काही आठवड्यांनी लग्न ठरलं.

साधा समारंभ.

जवळचे नातेवाईक.

काही मित्र.

ना बँड.

ना मोठा गाजावाजा. लग्नाच्या दिवशी मनोज त्याच्या जवळ आला.

"काय वाटतंय?"

राकेश हसला.

"भीती."

"का?"

"कारण मला आनंदाची सवय नाही."

मनोज काही क्षण त्याच्याकडे पाहत राहिला. मग त्याने त्याच्या खांद्यावर हात ठेवला.

"मित्रा..."

"कधी कधी आयुष्य दुसरी संधी देतं."

"ती स्वीकार."

लग्न संपलं.सविता देशमुख घरात आली. पिंकी पहिल्यांदा त्याच्या जवळ आली. तिच्या हातात एक तुटकी बाहुली होती. "तू माझे नवीन बाबा आहेस?" प्रश्न ऐकून राकेश थबकला. त्याला उत्तर देता आलं नाही. पिंकीने पुन्हा विचारलं,

"आहेस ना?"

त्याच्या डोळ्यांत पाणी आलं. तो खाली बसला आणि हलकंसं हसला.

"हो."

"मी तुझा बाबा आहे."

क्षणात पिंकी त्याच्या गळ्यात पडली. त्या छोट्याशा मिठीत... राकेशला अनेक वर्षांनी एक भावना जाणवली...आपलेपणा.

//

फुलांच्या मंद सुगंधाने खोली भरून गेली होती. त्याच्या मनात उत्साहही होता आणि थोडीशी भीतीही. आयुष्यातला हा एक नवीन टप्पा होता. दोघांमध्ये काही क्षण शांतता पसरली. राकेशने हळूच विचारलं, "खूप थकली आहेस ना?"

ती हलकंसं हसली.

"थोडी."

त्या साध्या उत्तराने दोघांमधील ताण थोडा कमी झाला. हळूहळू गप्पा सुरू झाल्या.

बालपणाच्या आठवणी.

भविष्यातील स्वप्नं.

छोट्या छोट्या गोष्टी.

वेळ कसा गेला ते दोघांनाही कळलं नाही. त्या रात्री त्यांच्यामध्ये सर्वात महत्त्वाची गोष्ट घडली, विश्वासाची सुरुवात.

दोन अनोळखी माणसं हळूहळू आयुष्याचे साथीदार बनू लागली. बाहेर रात्र शांत होती आणि त्या शांततेत...एक नवीन संसार पहिलं पाऊल टाकत होता.

त्या रात्री डायरीत त्याने लिहिलं—

"आज एका छोट्या मुलीने मला 'बाबा' म्हटलं. आयुष्यात पहिल्यांदाच कुणीतरी मला गरजेचा समजलं. कदाचित...कदाचित आता माझं आयुष्य बदलू शकतं."

खिडकीबाहेर चंद्र चमकत होता आणि अनेक वर्षांनी...राकेश झोपण्यापूर्वी हसला.

खरंच हसला.

कारण त्याला वाटू लागलं होतं कदाचित नशिबाने त्याच्यासाठीही थोडंसं प्रेम राखून ठेवलं आहे.

लग्नानंतरच्या पहिल्या काही महिन्यांत राकेशच्या आयुष्यात जणू वसंत ऋतू आला होता. सकाळी उठल्यावर घरात कुणीतरी त्याची वाट पाहत होतं. संध्याकाळी घरी परतल्यावर दरवाजा उघडून कुणीतरी हसत स्वागत करत होतं आणि सर्वात महत्त्वाचं म्हणजे...त्याच्या आयुष्यात आता एक लहान मुलगी होती.

पिंकी.

पिंकी फक्त पाच वर्षांची होती.

पण तिच्या आगमनाने राकेशच्या आयुष्यात अनेक रिकाम्या जागा भरू लागल्या. एक दिवस ऑफिसमधून घरी परतल्यावर त्याने दार उघडलं आणि आत येताच एक छोटासा आवाज घुमला.

"बाबा आले!"

क्षणात पिंकी धावत आली.तिने त्याच्या पायांना मिठी मारली. राकेश काही क्षण स्तब्ध उभा राहिला.

कारण हा अनुभव त्याच्यासाठी नवीन होता. कुणीतरी त्याची वाट पाहत होतं,

कुणीतरी त्याला पाहून आनंदी होत होतं.

"आज काय आणलं?"

पिंकीने विचारलं.

"आधी मिठी."

तो हसत म्हणाला.

पिंकी खळखळून हसू लागली आणि त्याच्या गळ्यात पडली. त्या छोट्याशा मिठीत...त्याला अनेक वर्षांनी उब जाणवत होती. रात्री जेवताना सविता त्याच्याकडे पाहत होती.

"काय?"

राकेशने विचारलं.

"तू बदलतोयस."

"कसा?"

"पूर्वीपेक्षा जास्त हसतोस."

राकेश काही बोलला नाही. पण त्याच्या मनात उत्तर होतं. कारण अनेक वर्षांनी त्याला जगण्यासाठी एक कारण मिळालं होतं. काही महिन्यांनी सविताने एक विषय काढला.

"मला काही बोलायचं आहे."

"बोल."

"आपण वेगळं राहू या?"

राकेशने चमचा खाली ठेवला.

"का?"

सविता काही क्षण शांत राहिली "तुझ्या आईशी माझं जमत नाही."

हे सत्य होतं. सुमन आणि सवितामध्ये सतत छोटे छोटे वाद होत होते.

स्वयंपाक.

घरकाम.

पिंकीचं संगोपन, प्रत्येक गोष्टीवर मतभेद. राकेश मध्ये अडकला होता. एका बाजूला आई, दुसऱ्या बाजूला पत्नी. काही दिवस तो विचार करत राहिला. मग एक दिवस निर्णय घेतला. शहराच्या दुसऱ्या टोकाला एक छोटंसं घर भाड्याने घेतलं.

दोन खोल्या.

लहानसं स्वयंपाकघर.

बाल्कनी आणि खिडकीतून दिसणारं एक जुनं झाड. घर फार मोठं नव्हतं. पण ते त्यांचं होतं. सामान हलवण्याचा दिवस आला. संपूर्ण दिवस धावपळ झाली. पिंकी इकडून तिकडे पळत होती. सविता सामान लावत होती. राकेश घामाने ओला झाला होता. संध्याकाळपर्यंत सगळं आवरलं गेलं.

घर शांत झालं.

सविताने जमिनीवर वर्तमानपत्र अंथरलं.

त्यावर तिघे बसले.

तिने गरम पोहे आणले.

"हे बघ."

ती हसत म्हणाली.

"आपलं घर."

पिंकीने टाळ्या वाजवल्या.

"आपलं घर!"

राकेश खिडकीजवळ उभा राहिला. सूर्य मावळत होता. आकाश केशरी झालं होतं. त्याच्या डोळ्यांत नकळत पाणी आलं. कारण आयुष्यात पहिल्यांदाच...त्याचं स्वतःचं घर होतं, स्वतःचं कुटुंब होतं.

त्या रात्री झोपण्यापूर्वी पिंकी त्याच्या जवळ आली.

"बाबा."

"हं?"

"आपण इथे कायम राहणार?"

राकेश हसला.

"हो."

"मग मला खूप आवडलं."

तिने त्याच्या गालावर पापा घेतला आणि झोपायला गेली. राकेश बराच वेळ तसाच बसून राहिला. त्याच्या मनात शांतता होती. अनेक वर्षांनी...त्याला वाटत होतं की आयुष्य त्याच्यावर दयाळू झालं आहे. डायरी उघडून त्याने लिहिलं-

"आज मी खूप दिवसांनी आनंदी आहे. फार मोठं काही मिळालेलं नाही. फक्त एक छोटंसं घर, एक पत्नी, एक मुलगी. पण कदाचित सुख यालाच म्हणत असतील."

त्याने डायरी बंद केली. दिवा बंद केला आणि झोपायला गेला. पण आयुष्याचं एक वैशिष्ट्य असतं. जेव्हा माणूस पूर्णपणे सुरक्षित वाटू लागतो...तेव्हाच नियती त्याची पुढची परीक्षा तयार करत असते. राकेशला अजून माहीत नव्हतं...की या छोट्याशा घराच्या भिंतींमध्ये लवकरच तडे पडू लागणार होते आणि त्याच्यासोबत...त्याच्या स्वप्नांनाही.

काही घरं एका मोठ्या वादामुळे तुटत नाहीत. ती हळूहळू तुटतात. रोजच्या छोट्या छोट्या गोष्टींमधून. एका न बोललेल्या वाक्यामुळे. एका गैरसमजामुळे

आणि कधी कधी...भूतकाळातील जखमांमुळे.

राकेशच्या छोट्याशा घरातही तेच होत होतं. सुरुवातीचे काही महिने खूप छान गेले. सविता आनंदी होती, पिंकी शाळेत रमली होती, राकेश नोकरीत व्यस्त होता. पण हळूहळू वास्तव समोर यायला लागलं.

घरभाडं.

वीज बिल.

शाळेची फी.

दैनंदिन खर्च.

औषधं.

आणि वाढती महागाई.

महिन्याच्या शेवटी पैसे कमी पडू लागले. राकेश प्रयत्न करत होता. पण त्याचा पगार मर्यादित होता. एक संध्याकाळ, सविता टेबलावर काही कागद घेऊन बसली होती. राकेश ऑफिसमधून नुकताच आला होता.

"काय झालं?"

त्याने विचारलं.

"पिंकीच्या शाळेची फी वाढली आहे."

"किती?"

"चार हजार."

राकेश काही क्षण शांत राहिला. मग हिशेब करू लागला. "या महिन्यात कठीण आहे." सविताचा चेहरा उतरला.

"मग?"

"पुढच्या महिन्यात पाहू."

"पण प्रवेशाची वेळ आहे."

राकेश गप्प झाला. त्या शांततेत निराशा होती आणि असहाय्यता होती.

सविता अचानक म्हणाली, "हे असंच चालणार आहे का?"

वाक्य साधं होतं. पण राकेशच्या मनात ते वेगळंच पोहोचलं. त्याला ऐकू आलं "तू अपुरा आहेस."

"तू सक्षम नाहीस."

"तू पुन्हा अपयशी ठरलास."

त्याच्या चेहऱ्यावर राग उमटला.

"मी प्रयत्न करतोय."

"मी तसं म्हणाले नाही."

"मग काय म्हणालीस?"

सविता दचकली. कारण तिचा हेतू तो नव्हता. "मी फक्त परिस्थितीबद्दल बोलतेय."

"परिस्थिती?"

"म्हणजे माझी चूक आहे?"

"मी असं बोललेच नाही."

आवाज वाढू लागले. दोघांच्याही नकळत. काही मिनिटांनी पिंकी दारात उभी होती. तिच्या डोळ्यांत भीती होती.

"आई..."

क्षणात दोघेही शांत झाले. पण उशीर झाला होता. पिंकीने पहिल्यांदाच त्यांना भांडताना पाहिलं होतं. त्या रात्री कुणी फारसं बोललं नाही. जेवण शांततेत झालं. घरात एक विचित्र दडपण निर्माण झालं. राकेश बाल्कनीत उभा राहिला. खाली रस्त्यावर दिवे लागले होते. लोक आपल्या आयुष्यात व्यस्त होते. त्याला अचानक लहानपण आठवलं; बाबांचा कठोर चेहरा, स्वतःची तुलना, न ऐकून घेतलेलं दुःख आणि त्याला भीती वाटली.

कारण पहिल्यांदाच त्याला जाणवलं तो नकळत बाबांसारखा होत चालला आहे.

दुसऱ्या दिवशी ऑफिसमध्येही त्याचं लक्ष लागत नव्हतं. ग्राहक बोलत होते, सहकारी काम सांगत होते. पण त्याचं मन घरी अडकलं होतं. संध्याकाळी घरी आल्यावर पिंकी त्याच्या जवळ आली. तिच्या हातात एक चित्र होतं.

"बाबा, बघ."

त्याने चित्र हातात घेतलं. त्यात तीन माणसं होती.

एक आई.

एक बाबा.

आणि मध्ये पिंकी.

सगळे हसत होते.

चित्राखाली तिने लिहिलं होतं-

"माझं आनंदी घर."

राकेश बराच वेळ ते चित्र पाहत राहिला. त्याच्या डोळ्यांत पाणी आलं. कारण त्याला जाणवलं हे घर फक्त त्याचं नाही. हे पिंकीचंही जग आहे.

त्या रात्री त्याने सविताजवळ जाऊन बसला. काही क्षण दोघेही शांत होते.

मग तो म्हणाला,

"सॉरी."

सविता त्याच्याकडे पाहू लागली.

"मलाही."

"मी रागावलो."

"मीही."

काही क्षण शांतता. मग सविताने त्याचा हात हातात घेतला. "आपण दोघेही थकलो आहोत."

"हो."

"पण आपण शत्रू नाही." राकेशच्या डोळ्यांत पाणी आलं. कारण अनेक वर्षांनी कुणीतरी त्याच्या विरोधात नाही तर त्याच्या बाजूला उभं होतं. त्या रात्री दोघे पुन्हा एकमेकांशी बोलले.

हसले.

भविष्यासाठी योजना केल्या. पण काही तडे असे असतात... जे एकदा पडले की पूर्णपणे भरून निघत नाहीत आणि राकेशच्या मनातील जुना अंधार अजूनही जिवंत होता. तो फक्त काही काळासाठी शांत झाला होता. पुढे येणाऱ्या दिवसांत...तो पुन्हा जागा होणार होता आणि यावेळी...त्याची किंमत खूप मोठी असणार होती.

****

प्रकरण ९

प्रेमाचं नातं एका दिवसात तुटत नाही, ते हळूहळू तुटतं. न बोललेल्या शब्दांनी.

गैरसमजांनी आणि सर्वात जास्त...मनात साचलेल्या वेदनांनी. राकेश आणि सविताच्या आयुष्यातही तसंच होत होतं. वरवर पाहता सगळं ठीक होतं.

पण आतून दोघेही थकत चालले होते. राकेश ऑफिसमध्ये अधिक वेळ घालवू लागला. कामाचा ताण वाढला होता. नवीन जबाबदाऱ्या आल्या होत्या. वरिष्ठ अधिकाऱ्यांचा दबाव होता. पण खरी गोष्ट वेगळी होती. त्याला घरी परतण्याची भीती वाटू लागली होती. कारण घरात गेल्यावर त्याला स्वतःच्या अपूर्णतेचा सामना करावा लागायचा.

एक संध्याकाळ. रात्री साडेनऊ वाजले होते.

तो उशिरा घरी आला. सविता जेवणाच्या टेबलाजवळ बसली होती. तिच्या चेहऱ्यावर नाराजी स्पष्ट दिसत होती.

"फोन तरी करायचा."

राकेश थकलेला होता.

"काम होतं."

"रोजच?"

"हो."

"की घरी यायचं नकोसं वाटतं?"

हे वाक्य ऐकताच तो चिडला. "काय म्हणायचं आहे तुला?"

"काही नाही."

"नाही, स्पष्ट बोल."

"स्पष्टच बोलतेय."

सविताच्या आवाजातही आता राग होता.

"तू बदललायस."

"मी?"

"हो."

"कसा?"

"तू आता आमच्यासोबत नसतोस."

राकेश गप्प झाला. कारण त्या आरोपात थोडं सत्य होतं. पण सत्य स्वीकारणं त्याला जमत नव्हतं.

"मी कष्ट करतोय."

"मी त्याबद्दल बोलत नाही."

"मग कशाबद्दल बोलतेस?"

"तुझ्याबद्दल."

क्षणभर शांतता.

"तू आनंदी नाहीस."

राकेशने नजर वळवली.

"आणि तुझं दुःख आता आमच्यावर पडतंय." हे वाक्य त्याच्या छातीत बाणासारखं घुसलं. कारण त्याला भीती होती...की ती बरोबर आहे. त्या रात्री दोघे वेगवेगळ्या बाजूला झोपले.

मधोमध शांतता होती आणि न बोललेले शब्द. दिवस पुढे सरकत गेले, भांडणं वाढू लागली छोट्या छोट्या कारणांवर.

दूध.

बिल.

शाळा.

वेळ.

पण खरं कारण वेगळंच होतं.

दोघेही दुखावले गेले होते आणि कुणालाच ते कसं व्यक्त करायचं हे समजत नव्हतं.

एक रविवार.

पिंकी तिच्या खोलीत चित्र काढत होती. हॉलमध्ये पुन्हा वाद सुरू झाला.

"तुला माझं काहीच कळत नाही."

राकेश ओरडला.

"आणि तुला माझं?"

सविता ओरडली.

"मी किती झगडतोय माहिती आहे तुला?"

"मग मी काय करते?"

आवाज वाढत गेले. राग वाढत गेला. अचानक.. एक छोटासा आवाज आला.

"आई..."

दोघेही थांबले. दारात पिंकी उभी होती.

तिच्या डोळ्यांत अश्रू होते. "तुम्ही वेगळे होणार का? क्षणभर वेळ थांबला.

राकेशच्या हातातील पाण्याचा ग्लास थरथरला. सविताच्या डोळ्यांत पाणी आलं. पिंकी पुन्हा म्हणाली, "माझ्या मैत्रिणीचे आई-बाबा वेगळे झाले."

"तुम्हीही जाणार का?"

त्या निरागस प्रश्नाने दोघांचेही हृदय तुटले. कारण ते भांडत होते. पण त्याचा परिणाम कोणावर होत आहे...याचा त्यांनी विचारच केला नव्हता. सविता धावत गेली. तिने पिंकीला मिठी मारली.

"नाही ग बाळा."

"आम्ही कुठेही जाणार नाही."

पिंकी रडत होती आणि तिच्यासोबत सविताही. राकेश काही क्षण तिथेच उभा राहिला. त्याला स्वतःचा तिरस्कार वाटू लागला. त्याला स्वतःचं बालपण आठवलं.

ती उपेक्षा.

ते एकटेपण.

ते न बोललेलं दुःख.

आणि अचानक त्याला जाणवलं तो नकळत पिंकीलाही तसंच काहीतरी देतो आहे. त्या रात्री तो झोपू शकला नाही. डायरी समोर उघडी होती. त्याने लिहिलं--

"आज पिंकीने विचारलं, 'तुम्ही वेगळे होणार का?' मी आयुष्यात अनेकदा दुःखी झालो. पण आज पहिल्यांदा स्वतःची भीती वाटली.

कारण मी त्या माणसात बदलतो आहे...ज्याच्यापासून मी आयुष्यभर पळत आलो."

पहाट झाली.

सूर्य उगवला.

पण राकेशच्या मनात एक भयंकर सत्य उगवलं होतं. प्रेम असूनही नाती तुटू शकतात आणि कधी कधी...सगळ्यात मोठा शत्रू परिस्थिती नसते. तर मनातल्या जुन्या जखमा असतात. त्या जखमा आता पुन्हा उघडल्या होत्या आणि त्यांचा परिणाम पुढे खूप गंभीर होणार होता.

माणूस जेव्हा दुःखी असतो...तेव्हा त्याला लोकांची गरज असते. पण अनेकदा तो त्याच लोकांपासून दूर जाऊ लागतो. कारण त्याला वाटतं कोणीच समजून घेणार नाही. राकेशच्या आयुष्यातही आता तोच काळ सुरू झाला होता. पिंकीच्या त्या एका प्रश्नाने त्याला हादरवून टाकलं होतं.

"तुम्ही वेगळे होणार का?" तो प्रश्न सतत त्याच्या मनात घुमत होता.

ऑफिसमध्ये.

घरी.

रात्री झोपताना.

सकाळी उठताना.

त्याला जाणवत होतं, तो स्वतःपासून दूर जात आहे. सविताने अनेकदा त्याच्याशी बोलण्याचा प्रयत्न केला.

"काय झालंय?"

"काही नाही."

"तू इतका शांत का असतोस?"

"थकलोय."

"माझ्याशी बोल."

"नंतर."

ते "नंतर" कधीच आलं नाही. हळूहळू त्याने स्वतःभोवती एक अदृश्य भिंत उभी केली आणि त्या भिंतीच्या आत तो एकटाच राहू लागला. ऑफिसमध्येही बदल दिसू लागला. पूर्वी तो सहकाऱ्यांसोबत चहा प्यायचा.

गप्पा मारायचा.

हसायचा.

आता तो सरळ आपल्या टेबलावर बसायचा. काम करायचा आणि शांतपणे घरी निघून जायचा. एक दिवस शाखा व्यवस्थापकांनी विचारलं,

"राकेश, सगळं ठीक आहे ना?"

"हो सर."

"तू खूप बदललायस."

"काही नाही."

व्यवस्थापकांनी विषय सोडून दिला. पण त्यांच्या नजरेत चिंता होती. सगळ्यात जास्त काळजी मनोजला वाटत होती. मनोज आणि राकेशची मैत्री आता जवळजवळ दहा वर्षांची झाली होती. त्याने राकेशला अनेक टप्प्यांत पाहिलं होतं.

प्रेमभंग.

नोकरी.

लग्न.

संघर्ष.

पण असा राकेश त्याने कधी पाहिला नव्हता. एका संध्याकाळी मनोज अचानक त्याच्या घरी आला.

"चल."

"कुठे?"

"बाहेर."

"मूड नाही."

"म्हणूनच."

दोघे जुन्या चहाच्या टपरीवर गेले. जिथे ते कॉलेजपासून भेटत होते. काही मिनिटं शांतता. मग मनोज म्हणाला, "काय चाललंय?"

"काही नाही."

"खोटं."

राकेश हसला नाही. नेहमीप्रमाणे टाळलं नाही. फक्त शांत बसला. मनोजने पुन्हा विचारलं, "तू आनंदी आहेस का?"

हा प्रश्न ऐकताच राकेशच्या डोळ्यांत काहीतरी हललं. पण त्याने उत्तर दिलं नाही.

"राकेश."

"हं?"

"तू मदत मागू शकतोस."

काही क्षण शांतता. मग राकेश हलकंसं हसला.

"मदत?"

"हो."

"कशासाठी?"

"जगण्यासाठी."

हे वाक्य ऐकून मनोज दचकला. कारण त्याच्या आवाजात थकवा होता. अत्यंत खोल थकवा.

"तू ठीक नाहीयस."

"मी ठीक आहे."

"नाही."

मनोजचा आवाज कठोर झाला. "तू आयुष्यभर सगळं एकट्याने सहन केलंस." "पण प्रत्येक गोष्ट एकट्याने सहन करता येत नाही." राकेश काही बोलला नाही. कारण त्याला माहित होतं, मनोज बरोबर आहे. पण अनेक वर्षांची सवय एका दिवसात बदलत नाही. त्याने विषय बदलला, चहा संपवला आणि घरी निघाला.

त्या दिवसानंतर मनोजने अनेकदा फोन केला, मेसेज केले, भेटायचा प्रयत्न केला. पण राकेश टाळू लागला.

"काम आहे."

"नंतर बोलू."

"व्यस्त आहे."

हळूहळू संपर्क कमी झाला. एक दिवस मनोजचा फोन आला. राकेशने पाहिला पण उचलला नाही. दुसऱ्या दिवशी पुन्हा आला, तरीही नाही. तिसऱ्या दिवशी एक मेसेज आला.

"मित्रा, तू फोन उचलत नाहीस. पण लक्षात ठेव...मी अजूनही इथेच आहे."

राकेश बराच वेळ स्क्रीनकडे पाहत राहिला. पण उत्तर दिलं नाही..त्या रात्री डायरीत त्याने लिहिलं—

"मला आता लोकांशी बोलायची इच्छा होत नाही. कारण प्रत्येक वेळी बोलताना मला वाटतं... ते मला समजणार नाहीत. कदाचित मीच स्वत:ला समजत नाही."

खिडकीबाहेर पाऊस पडत होता. थेंब काचांवर आदळत होते. राकेश अंधारात बसून राहिला.

दिवा लावला नाही.

टीव्ही लावला नाही.

फोन उचलला नाही.

कारण तो हळूहळू अशा टप्प्यावर पोहोचत होता... जिथे माणूस मदत मागणं बंद करतो आणि तो टप्पा...आयुष्यातील सर्वात धोकादायक टप्पा असतो.

त्याला अजून माहीत नव्हतं...की पुढे येणाऱ्या घटनांमुळे त्याच्या आयुष्यातील सर्वात मोठं वादळ सुरू होणार आहे आणि त्या वादळानंतर...तो ज्या राकेशला ओळखत होता...तो कायमचा हरवून जाणार होता.

****

प्रकरण १०

आयुष्यात काही दिवस असे असतात...जे संपूर्ण आयुष्य दोन भागांत विभागून टाकतात.

"त्या दिवसापूर्वी."

आणि

"त्या दिवसानंतर."

राकेशसाठी तो दिवस जुलै महिन्यातील एक साधा सोमवार होता. सकाळी तो नेहमीप्रमाणे बँकेत पोहोचला. काऊंटर उघडले, ग्राहकांची गर्दी सुरू झाली, फाईली आल्या, काम सुरू झालं. पण दुपारी अकराच्या सुमारास वातावरण अचानक बदललं. क्षेत्रीय कार्यालयातून दोन अधिकारी आले. त्यांच्या चेहऱ्यावर गंभीरपणा होता. व्यवस्थापकांनी सर्व कर्मचाऱ्यांना मीटिंग रूममध्ये बोलावलं. "काही आर्थिक व्यवहारांची चौकशी सुरू आहे." क्षणात सगळीकडे कुजबुज सुरू झाली.

"काय झालं?"

"कोणाचं प्रकरण आहे?"

कोणालाच काही माहिती नव्हती. पुढील काही दिवस चौकशी सुरू राहिली.

जुन्या फाईली बाहेर काढल्या गेल्या. व्यवहार तपासले गेले, खाती पडताळली गेली. राकेशने सुरुवातीला त्याकडे फारसं लक्ष दिलं नाही. कारण त्याला स्वतःच्या प्रामाणिकपणावर पूर्ण विश्वास होता. पण एक दिवस त्याला व्यवस्थापकांनी केबिनमध्ये बोलावलं.

"बस."

राकेश बसला. त्याच्या मनात हलकी अस्वस्थता होती. व्यवस्थापकांनी काही कागद त्याच्यासमोर ठेवले.

"हे व्यवहार बघ."

राकेशने फाईल उघडली. काही कर्जखाती होती, काही मंजुरी पत्रं, काही पडताळणी अहवाल आणि त्या प्रत्येकावर...त्याची सही होती.

त्याच्या कपाळावर घाम आला.

"हे मी केले आहेत."

"हो."

"मग?"

व्यवस्थापक काही क्षण शांत राहिले. "या खात्यांमध्ये गंभीर अनियमितता आढळली आहे." क्षणभर राकेशला काहीच ऐकू आलं नाही.

"काय?"

"काही कर्जे बनावट कागदपत्रांवर मंजूर झाली आहेत."

"पण..."

त्याचा आवाज अडखळला.

"मी फक्त पडताळणी केली होती."

"माहिती आहे."

"मग?"

"चौकशी होईल."

हे दोन शब्द त्याच्या आयुष्यावर वज्राघातासारखे कोसळले.

चौकशी होईल.

त्या दिवशी घरी जाताना त्याच्या हातांना थरथर होत होती. बसच्या खिडकीतून बाहेर पाहत तो शून्यात हरवला होता. त्याने आयुष्यभर एकच गोष्ट जपली होती.. “प्रामाणिकपणा.” आणि आज...त्याच प्रामाणिकपणावर प्रश्नचिन्ह उभं राहिलं होतं. घरी आल्यावर सविताने विचारलं, "काय झालं?"

"काही नाही."

पण तिच्या लक्षात आलं. त्याचा चेहरा फिकट पडला होता, डोळ्यांत भीती होती. रात्री उशिरा त्याने तिला सगळं सांगितलं. सविता काही वेळ शांत राहिली. मग म्हणाली, "तू काही चुकीचं केलं आहेस का?"

"नाही."

"मग घाबरतोस का?"

प्रश्न साधा होता पण उत्तर कठीण होतं. "कारण आयुष्यात पहिल्यांदाच..." तो थांबला. "माझ्यावर विश्वास ठेवला जाणार नाही अशी भीती वाटते."

सविताने त्याचा हात हातात घेतला.

"मी ठेवते."

त्या चार शब्दांनी त्याच्या डोळ्यांत पाणी आलं. कारण अनेक वर्षांनी कुणीतरी त्याच्यावर प्रश्न न विचारता विश्वास दाखवत होतं. पण बाहेरचं जग इतकं दयाळू नव्हतं. काही दिवसांतच शाखेत अफवा पसरल्या.

"राकेशचं नाव आहे म्हणे."

"चौकशी सुरू आहे."

"काय माहिती खरं काय?"

लोक बोलू लागले. काही सहकारी टाळू लागले. काहींच्या नजरेत संशय दिसू लागला. राकेशचं मन खचू लागलं. एका संध्याकाळी तो ऑफिसमधून निघत होता. तेवढ्यात त्याला दोन कर्मचारी बोलताना ऐकू आले. "शांत दिसणारे लोकच कधी कधी असे निघतात." ते शब्द ऐकून तो थबकला. क्षणभर त्याला वाटलं... संपूर्ण जग त्याच्याकडे बोट दाखवत आहे. त्या रात्री त्याने डायरी उघडली. बराच वेळ रिकाम्या पानाकडे पाहत राहिला. मग लिहिलं-

"मी काही चुकीचं केलं नाही. तरीही मला अपराध्यासारखं वाटतंय.

आयुष्यभर मी स्वतःला सिद्ध करण्याचा प्रयत्न केला आणि आता...
लोक मला एका सहीमुळे ओळखणार आहेत. मला भीती वाटते.. खूप भीती."

त्याच्या डोळ्यांतून अश्रू ओघळले. कित्येक वर्षांनी तो पुन्हा रडत होता. खिडकीबाहेर वादळ सुरू झालं होतं. आकाशात विजा चमकत होत्या आणि त्याच्या आयुष्यातही. कारण ही फक्त चौकशी नव्हती. ही त्याच्या आत्मविश्वासाची पडझड होती.

त्याच्या ओळखीची पडझड होती आणि सर्वात भयंकर म्हणजे... त्याच्या उरलेल्या आशेचीही. त्याला अजून माहीत नव्हतं...की पुढे येणाऱ्या दिवसांत तो अशा टप्प्यावर पोहोचणार होता...जिथे त्याला स्वतःचं अस्तित्वच निरर्थक वाटू लागेल.

////

काही सत्यं अशी असतात...जी वर्षानुवर्षे मनात बंदिस्त राहतात. ती बाहेर पडण्याची वाट पाहत असतात आणि मग एक दिवस...बंधारा फुटतो.

राकेशच्या आयुष्यातही तो दिवस आला. बँकेतील चौकशी सुरू होऊन तीन महिने झाले होते. अजून अंतिम निर्णय आलेला नव्हता. पण मानसिक थकवा वाढत चालला होता. रोज ऑफिसमध्ये संशयाच्या नजरा, रोज नवे प्रश्न, रोज तीच भीती. घरी परिस्थितीही तणावपूर्ण झाली होती. सविता त्याला धीर देण्याचा प्रयत्न करत होती पण तो स्वतःच्या अंधारात अडकत चालला होता.

एक रविवार.

संपूर्ण कुटुंब देशमुखांच्या जुन्या घरी जमलं होतं. संकेत पुण्यावरून आला होता. प्रकाशही आला होता. मेघा, अर्णव, सविता आणि पिंकी सगळे उपस्थित होते. कारण रमाकांतांनी खास सगळ्यांना बोलावलं होतं. त्यांना

चौकशीबद्दल चर्चा करायची होती. हॉलमध्ये सगळे बसले होते. वातावरण गंभीर होतं.

रमाकांत म्हणाले,

"राकेश."

"हं."

"तुला जास्त काळजी करायची गरज नाही." राकेश शांत होता.

"पण पुढे काम करताना जरा जास्त सावध राहायला हवं." हे वाक्य ऐकताच त्याच्या छातीत काहीतरी तुटलं. कारण त्याला ते सल्ला वाटला नाही. त्याला तो आरोप वाटला.

"म्हणजे?"

रमाकांत चकित झाले. "म्हणजे काय?"

"तुम्हाला वाटतं माझी चूक आहे?" घरात शांतता पसरली.

"मी तसं म्हटलं नाही."

"पण आयुष्यभर तेच म्हणालात."

क्षणात सगळे स्तब्ध झाले. कारण हा राकेश नव्हता. हा तो शांत, सहनशील, गप्प राहणारा माणूस नव्हता. हा अनेक वर्षांचं दुःख घेऊन उभा असलेला माणूस होता.

"आयुष्यभर..."

त्याचा आवाज थरथरत होता.

"आयुष्यभर मी ऐकत आलो..."

"संकेतसारखा हो."

"प्रकाशसारखा हो."

"असं कर."

"तसं कर."

"पण एकदाही कुणी विचारलं नाही..."

"राकेश कसा आहे?"

सुमनच्या डोळ्यांत पाणी आलं.

"बाळा..."

"नाही आई."

तो थांबला नाही.

आता वर्षानुवर्षे बंद असलेलं दार उघडलं होतं. "जेव्हा मला चित्रकलेत बक्षीस मिळालं होतं..."

"तुम्हाला आठवतं?"

कुणीच उत्तर दिलं नाही. "मला आठवतं, मी धावत घरी आलो होतो. मला वाटलं होतं..."

त्याच्या डोळ्यांत अश्रू आले.

"तुम्ही आनंदी व्हाल."

"पण कुणाकडे वेळ नव्हता."

सुमन रडू लागली.

"जेव्हा मला बँकेची नोकरी मिळाली..."

"तेव्हाही."

"जेव्हा पहिला पगार आणला..."

"तेव्हाही."

"जेव्हा ऑफिसमध्ये कौतुक झालं..."

"तेव्हाही."

प्रत्येक वाक्यासोबत त्याचा आवाज तुटत होता. "मी फक्त एकच गोष्ट शोधत होतो."

घरात पूर्ण शांतता.

"फक्त एकदा..."

"एकदाच..."

"कोणीतरी म्हणावं..."

त्याच्या डोळ्यांतून अश्रू वाहू लागले.

"मला तुझा अभिमान आहे."

हे वाक्य ऐकताच सुमन हमसून रडू लागली. संकेतने खाली मान घातली. प्रकाशच्या डोळ्यांतही पाणी होतं. कारण पहिल्यांदाच...त्यांना राकेश दिसत होता.

खरा राकेश.

फक्त मोठा मुलगा नाही.

फक्त बँक कर्मचारी नाही.

फक्त शांत माणूस नाही.

एक जखमी मुलगा.

जो अजूनही प्रेम शोधत होता.

रमाकांत स्तब्ध बसले होते. त्यांच्या चेहऱ्यावर धक्का होता. कारण त्यांना आयुष्यात पहिल्यांदाच समजलं त्यांनी मुलाला अन्न दिलं, शिक्षण दिलं, संस्कार दिले, पण कदाचित...त्याला हवे असलेले शब्द दिले नाहीत.

काही मिनिटं कुणीच बोललं नाही. मग संकेत उठला, तो हळूहळू राकेशकडे गेला.

"दादा."

राकेशने वर पाहिलं. संकेतच्या डोळ्यांत अश्रू होते.

"मला माफ कर."

"कशासाठी?"

"मला कधीच समजलं नाही...तू काय सहन करत होतास."

दोघेही रडत होते. प्रकाशही उठला. त्याने दोघांना मिठी मारली आणि अनेक वर्षांनी...तीन भाऊ एकत्र रडले. त्या दिवशी घरात कुणी जिंकलं

नाही, कुणी हरलं नाही. पण एक सत्य बाहेर आलं आणि सत्याचं वैशिष्ट्य असं असतं...

ते वेदनादायी असलं तरी मुक्त करतं. त्या रात्री राकेश बराच वेळ जागा होता.

त्याला हलकं वाटत होतं.

पण त्याच वेळी..

खूप थकलेलंही.

कारण वर्षानुवर्षे वाहून नेलेलं दुःख अचानक खाली ठेवलं होतं. त्याला वाटलं

आता कदाचित सगळं ठीक होईल. पण नियतीने अजून एक धक्का राखून ठेवला होता.

असा धक्का...जो त्याला घरापासून, कुटुंबापासून आणि स्वतःपासूनही दूर घेऊन जाणार होता.

रात्रीचे अकरा वाजले होते. देशमुखांच्या घरात शांतता होती. सगळे झोपले होते पण रमाकांत देशमुखांच्या डोळ्यांत झोप नव्हती. हॉलमध्ये एकटे बसून ते अंधाराकडे पाहत होते. त्यांच्या मनात दिवसभरातील प्रत्येक प्रसंग पुन्हा पुन्हा उभा राहत होता. "मला तुझा अभिमान आहे."

राकेशचे ते शब्द त्यांच्या कानात अजूनही घुमत होते. आयुष्यभर त्यांनी स्वतःला चांगला पिता समजलं होतं.

प्रामाणिक.

जबाबदार.

कष्टाळू.

मुलांच्या शिक्षणासाठी त्यांनी स्वतःच्या गरजा कमी केल्या.

ओव्हरटाईम केला.

कर्ज फेडलं.

घर सांभाळलं.

पण त्या रात्री पहिल्यांदाच त्यांना जाणवलं... पिता असणं म्हणजे फक्त जबाबदाऱ्या पूर्ण करणं नसतं. कधी कधी...मुलाच्या पाठीवर थाप मारणंही तितकंच महत्त्वाचं असतं. त्यांच्या डोळ्यांसमोर अनेक प्रसंग येत होते. लहानपणीचं ते चित्रकलेचं प्रमाणपत्र, राकेशचा पहिला पगार, बँकेची नोकरी, ऑफिसमधलं कौतुक प्रत्येक वेळी त्यांनी फक्त मान हलवली होती. पण कधी शब्द दिले नव्हते. त्यांच्या डोळयांत पाणी आलं.

पहिल्यांदाच.

खूप वर्षांनी.

त्याच वेळी मागून हलक्या पावलांचा आवाज आला.

सुमन उभी होती.

"झोपला नाहीस?"

रमाकांतांनी उत्तर दिलं नाही.

फक्त डोळे पुसले.

सुमन त्यांच्या जवळ बसली. तिने त्यांचा हात हातात घेतला.

"रडतोयस?"

हे वाक्य ऐकताच रमाकांतांचा बांध फुटला.

"मी हरलो सुमन."

त्यांचा आवाज तुटत होता.

"नाही."

"हरलो."

"आयुष्यभर मला वाटलं मी सगळं योग्य करतोय."

"पण माझा मुलगा..."

त्यांचे अश्रू थांबत नव्हते.

"माझा मुलगा इतका एकटा होता...आणि मला कळलंच नाही."

सुमनही रडत होती. कारण त्या अपराधीपणात तीही सहभागी होती. दोघेही बराच वेळ शांत बसून राहिले. पहाटेच्या सुमारास रमाकांतांनी निर्णय घेतला.

"उद्या मी राकेशशी बोलणार."

"हो."

"आणि पहिल्यांदाच..."

ते थांबले.

"त्याला सांगणार की मला त्याचा अभिमान आहे."

सुमन हसली.

अश्रूंमधून.

"उशीर झालेला नाही."

पण नियतीने वेगळंच ठरवलं होतं. दुसऱ्या दिवशी सकाळी राकेश लवकर उठला नेहमीपेक्षा खूप लवकर, त्याने शांतपणे आंघोळ केली, कपडे घातले आणि एक बॅग भरली. काही कपडे, डायरी, थोडे पैसे. काही वेळाने तो घराबाहेर पडला कोणालाही न सांगता. सविताला नाही.

आई-वडिलांना नाही..संकेतला नाही, प्रकाशला नाही. फक्त एक छोटं पत्र टेबलावर ठेवलं आणि निघून गेला.

सकाळी नऊ वाजता रमाकांत घरी आले. त्यांच्या मनात एकच गोष्ट होती. आज ते मुलाशी बोलणार होते. आज ते त्याला सांगणार होते "मला तुझा अभिमान आहे." पण टेबलावर पडलेलं पत्र पाहून ते थबकले. कंपणाऱ्या हातांनी त्यांनी ते उघडलं. त्यात फक्त काही ओळी होत्या.

"आई- बाबा,

मी कुठे चाललोय हे मलाही माहिती नाही, पण मला स्वतःला शोधायचं आहे. आयुष्यभर मी तुमच्या प्रेमाची वाट पाहिली आणि आज मला कळलं की ते प्रेम होतं. फक्त आपण एकमेकांना समजू शकलो नाही. काळजी करू नका "मी ठीक आहे."

"सविता, मी तुझा आणि पिंकीचा गुन्हेगार आहे. माझ्या चुका मला मान्य आहेत. मी फक्त थोडा वेळ मागतोय. तुझं मन मोठं आहे, हे मला माहीत आहे. एक दिवस तू मला माफ करशील, अशी आशा आहे... पण तो अधिकार पूर्णपणे तुझा आहे."
तुमचा,
राकेश."

सविताच्या डोळ्यांत अश्रू आले...पत्र वाचून रमाकांतांच्या हातातून कागद खाली पडला आणि पहिल्यांदाच...त्यांच्या तोंडून ते शब्द बाहेर पडले.
"मला तुझा अभिमान आहे रे बाळा..."
पण यावेळी...राकेश तिथे नव्हता. फक्त त्याच्या अनुपस्थितीची वेदना होती आणि एका वडिलांचे अश्रू.

राकेश घर सोडून गेला त्या दिवसाला आता सात दिवस झाले होते. पण देशमुख कुटुंबासाठी वेळ थांबला होता. घरात एक विचित्र शांतता पसरली होती. जणू कुणीतरी घराचा आत्माच घेऊन गेला होता. सुमन दिवसातून अनेक वेळा राकेशच्या खोलीत जाऊ लागली. त्याचे कपडे, त्याची पुस्तकं, त्याची डायरी ठेवायची जागा, सगळं तसंच होतं फक्त राकेश नव्हता. प्रत्येक वेळी ती खोलीत गेली की तिच्या डोळ्यांत पाणी यायचं.
"बाळा, कुठे आहेस?"
हा प्रश्न ती स्वतःलाच विचारत राहायची. रमाकांतांची अवस्था आणखी वाईट होती. ते स्वतःला दोष देत होते. "जर मी आधी बोललो असतो..."
"जर मी त्याला एकदा मिठी मारली असती..."

"जर..."

तेच जुने "जर".

ज्यांनी एकेकाळी राकेशला पोखरलं होतं. आता तेच रमाकांतांना पोखरत होते. संकेतने पुण्यातील ओळखी वापरल्या, मित्रांना फोन केले, पोलीस तक्रार केली. प्रकाशने सोशल मीडियावर फोटो टाकले, जुन्या मित्रांशी संपर्क साधला. मनोज सर्वात जास्त धावत होता.

बसस्थानक.

रेल्वे स्टेशन.

जुनी ठिकाणं.

कॉलेज.

तो प्रत्येक ठिकाणी शोधत होता. कारण त्याला माहित होतं राकेश हरवलेला नाही. तो स्वतःपासून पळतो आहे.

दोन आठवडे गेले..

मग तीन.

मग एक महिना.

पण राकेशचा काहीच पत्ता लागला नाही. दरम्यान... राकेश एका वेगळ्याच प्रवासावर होता. तो नागपूरहून रेल्वेने निघाला होता. तिकीट कुठलं घेतलं?

त्यालाच माहिती नव्हतं. त्याला फक्त दूर जायचं होतं "सगळ्यांपासून, सगळ्या आठवणींपासून, स्वतःपासून."

रेल्वेच्या खिडकीतून बाहेर पाहत तो तासन्तास बसून राहिला. शेतं मागे जात होती, गावं मागे जात होती, स्टेशनं मागे जात होती. पण त्याच्या मनातलं दुःख तिथेच होतं. तीन दिवसांनी तो वाराणसीला पोहोचला.

का?

त्यालाही माहिती नव्हतं. कदाचित गंगेच्या नावात काहीतरी होतं. कदाचित त्याच्या मनाला तिथे ओढ लागली होती. सकाळची वेळ होती. तो दशाश्वमेध घाटावर उभा होता. समोर गंगा शांतपणे वाहत होती, हजारो वर्षांपासून लोक स्नान करत होते, आरती करत होते, प्रार्थना करत होते. राकेश बराच वेळ पाण्याकडे पाहत राहिला. त्याच्या मनात एकच विचार होता.

"मी कोण आहे?"

आयुष्यभर त्याने अनेक भूमिका निभावल्या होत्या.

मुलगा.

भाऊ.

कर्मचारी.

पती.

बाबा.

पण त्या सगळ्यांच्या मागे असलेला माणूस...तो कुठे हरवला?

त्या दिवशी त्याने घाटाजवळ एक छोटी खोली भाड्याने घेतली.

एक खाट.

एक टेबल.

एक खिडकी.

बस.

पहिल्यांदाच आयुष्यात तो पूर्णपणे एकटा होता. खरंच एकटा. पहिल्या काही दिवसांत त्याने कुणाशी बोललं नाही. फक्त घाटावर बसून राहिला, गंगेकडे पाहत.

एक संध्याकाळ, सूर्य मावळत होता. आरतीची तयारी सुरू होती. तेवढ्यात एक वृद्ध साधू त्याच्या शेजारी येऊन बसले. काही वेळ दोघेही शांत होते. मग साधूंनी विचारलं,

"काय शोधतोयस?"

राकेश दचकला.

"काय?"

"चेहरा सांगतो."

"तू काहीतरी शोधतोयस."

राकेश काही क्षण शांत राहिला. मग हलकंसं हसला.

"स्वतःला."

साधूंनी मान हलवली.

"मग चुकीच्या ठिकाणी शोधतोयस."

"म्हणजे?"

"स्वतःला शोधण्यासाठी पळून जावं लागत नाही."

"मग?"

"स्वतःसमोर उभं राहावं लागतं."

हे वाक्य ऐकून राकेश बराच वेळ गप्प राहिला. कारण आयुष्यात पहिल्यांदाच कुणीतरी त्याच्या जखमेच्या मुळावर बोट ठेवलं होतं. त्या रात्री तो खोलीत परतला आणि अनेक महिन्यांनंतर डायरी उघडली. त्याने लिहिलं—

"आज गंगेच्या काठी बसलो होतो. एक साधू भेटले. त्यांनी विचारलं, 'काय शोधतोयस?' मी उत्तर दिलं- 'स्वतःला.' पण आता वाटतं... मी स्वतःला हरवलेलो नाही. मी स्वतःपासून पळतो आहे."

डायरी बंद करून तो खिडकीजवळ उभा राहिला. बाहेर गंगा चांदण्यात चमकत होती आणि अनेक वर्षांनी...त्याच्या मनात एक छोटासा प्रश्न नव्हे...

एक छोटासा आशेचा किरण जन्म घेत होता. पण घरी...त्याच्या अनुपस्थितीची वेदना दिवसेंदिवस वाढत होती आणि लवकरच...त्याच्या शोधाचा प्रवास आणि कुटुंबाच्या शोधाचा प्रवास...एकमेकांसमोर येणार होता.

****

प्रकरण ११

वाराणसी.

गंगेच्या काठी बसलेल्या राकेशला आज दोन महिने पूर्ण झाले होते. या दोन महिन्यांत त्याच्या आयुष्यात खूप काही बदललं होतं. तो अजूनही एकटा होता. पण आता तो पळत नव्हता. सकाळी घाटावर बसायचा, लोकांचं निरीक्षण करायचा, गंगेकडे पाहत राहायचा आणि रात्री डायरी लिहायचा. हळूहळू त्याच्या मनातला राग कमी होऊ लागला होता, असूया कमी होऊ लागली होती. दुःख अजून होतं. पण ते आता जखमेपेक्षा आठवणीसारखं वाटू लागलं होतं.

पण नागपूरमध्ये...

शोध अजूनही सुरू होता.

दोन महिने झाले तरी राकेशचा काहीच पत्ता लागला नव्हता. पोलीस तपास निष्फळ ठरला होता. मित्रांकडे माहिती नव्हती. नातेवाईकांनाही काही कळत नव्हतं.

एक संध्याकाळ.

मनोज राकेशच्या जुन्या खोलीत बसला होता.

समोर टेबल.

पुस्तकं.

काही जुने कागद.

सुमनने हलक्या आवाजात विचारलं,

"काही सापडलं का?"

"नाही काकू."

तो निराश झाला होता.

तेवढ्यात त्याची नजर एका जुन्या वहीवर पडली. राकेशची डायरी. ती पूर्ण वाचण्याचा त्याचा हेतू नव्हता. पण कदाचित त्यात काही धागा मिळेल. तो पानं चाळू लागला.

अचानक एक नोंद त्याच्या नजरेसमोर आली.

"जर आयुष्यात कधी सगळं हरवलं...तर मला गंगेच्या काठी बसायचं आहे. कारण म्हणतात, गंगा माणसाचं दुःख ऐकते."

मनोजच्या डोळ्यांत चमक आली.

"गंगा..."

त्याने पुन्हा ती ओळ वाचली आणि त्याच्या मनात पहिल्यांदाच आशा निर्माण झाली. त्या रात्रीच त्याने संकेतला फोन केला. "मला वाटतं तो वाराणसीत असू शकतो." क्षणभर शांतता.

मग संकेतचा आवाज आला,

"मी उद्या निघतो."

"मीही."

प्रकाश म्हणाला.

तीन दिवसांनी...

संकेत.

प्रकाश.

आणि मनोज.

तिघे वाराणसीत होते. सकाळपासून त्यांनी घाटाघाटांवर शोध सुरू केला.

दशाश्वमेध.

अस्सी घाट.

मणिकर्णिका.

पंचगंगा.

फोटो दाखवले.

लोकांना विचारलं.

धर्मशाळांमध्ये चौकशी केली.

पण काहीच मिळालं नाही. संध्याकाळ झाली. तिघे थकले होते. प्रकाश निराश झाला. "कदाचित तो इथे नाही." मनोज शांत होता. त्याच्या मनाला अजूनही खात्री होती. तेवढ्यात एका चहावाल्याने फोटो पाहिला.

"हा माणूस?"

तिघे एकदम पुढे सरसावले.

"हो!"

"ओळखता का?"

चहावाला काही क्षण विचार करू लागला.

"दररोज येतो."

"कुठे?"

"समोरच्या घाटावर."

क्षणात तिघांच्या छातीत धडधड वाढली. ते धावतच घाटाकडे गेले. सूर्य मावळत होता. गंगेवर सोनेरी प्रकाश पसरला होता. घाटावर शेकडो लोक बसले होते आणि त्या गर्दीत... एक माणूस शांतपणे पाण्याकडे पाहत बसला होता.

साधा पांढरा कुर्ता.

वाढलेली दाढी.

थोडे विस्कटलेले केस.

पण तोच होता.

राकेश.

क्षणभर तिघेही थांबले.

दोन महिन्यांचा शोध.

दोन महिन्यांची भीती.

दोन महिन्यांचं अपराधीपण.

सगळं त्या एका क्षणात गोठलं. प्रकाशच्या डोळ्यांत पाणी आलं. संकेतचा आवाज अडखळला.

"दादा..."

राकेशने मागे वळून पाहिलं आणि तो स्तब्ध झाला. त्याला वाटलं होतं... कुणी येणार नाही. पण समोर त्याचं संपूर्ण आयुष्य उभं होतं.

संकेत.

प्रकाश.

मनोज.

काही क्षण कुणीच बोललं नाही. मग प्रकाश धावत आला आणि त्याच्या गळ्यात पडला. "वेडा आहेस का?"

त्याच्या आवाजात राग नव्हता. फक्त प्रेम होतं. संकेतही जवळ आला. त्याच्या डोळ्यांत अश्रू होते.

"दादा..."

"आम्ही सगळे तुझी वाट पाहतोय."

राकेशच्या डोळ्यांत पाणी आलं. त्याने गंगेकडे पाहिलं मग आपल्या भावांकडे आणि अनेक वर्षांनी...त्याला जाणवलं तो एकटा नव्हता, कधीच नव्हता. फक्त त्याला ते दिसलं नव्हतं. संध्याकाळची आरती सुरू झाली, घंटानाद घुमू लागला, गंगेवर दिवे तरंगू लागले आणि त्या पवित्र प्रकाशात...

तीन भाऊ आणि एक मित्र...अनेक वर्षांनी पुन्हा एकत्र उभे होते.

पण अजून एक भेट बाकी होती.

सगळ्यात महत्त्वाची.

रमाकांत देशमुख.

एक पिता...
जो आयुष्यभर न बोललेले शब्द आता आपल्या मुलाला सांगण्यासाठी वाट पाहत होता.

///

संध्याकाळची गंगा आरती सुरू झाली होती. हजारो दिव्यांचा प्रकाश गंगेच्या पाण्यावर थरथरत होता. घंटानाद संपूर्ण वातावरणात घुमत होता. धूपाचा सुगंध हवेत दरवळत होता. राकेश घाटाच्या पायऱ्यांवर बसला होता.

त्याच्या शेजारी संकेत, प्रकाश आणि मनोज बसले होते. कित्येक वर्षांनी त्याला मनात एक विचित्र शांतता जाणवत होती. पण त्याच वेळी... एक अपूर्ण अध्याय अजून बाकी होता. दुसऱ्या दिवशी सकाळी गंगेवर धुक्याची पातळ चादर पसरली होती. सूर्य नुकताच उगवत होता. राकेश नेहमीप्रमाणे घाटावर बसला होता. त्याच्या हातात डायरी होती. तो काही लिहिणार इतक्यात...त्याच्या मागे पावलांचा आवाज आला. त्याने मागे वळून पाहिलं आणि क्षणभर त्याचा श्वास थांबला.

समोर...

रमाकांत देशमुख उभे होते. त्यांचे केस आता अधिक पांढरे झाले होते, चेहरा थकलेला होता, डोळ्यांखाली काळी वर्तुळे होती. पण त्या डोळ्यांत एकच गोष्ट होती.

प्रेम.

कित्येक वर्षांनी उघड झालेलं प्रेम. दोघेही काही क्षण एकमेकांकडे पाहत राहिले.

ना शब्द.

ना हालचाल.

फक्त शांतता.

मग रमाकांत हळूहळू त्याच्या जवळ आले. त्यांचे हात थरथरत होते.

"राकेश..."

तो आवाज ऐकताच राकेशच्या डोळ्यांत पाणी आलं. कारण लहानपणापासून त्याने हजारो वेळा हा आवाज ऐकला होता. पण आज तो वेगळा होता. आज त्या आवाजात अधिकार नव्हता, अपेक्षा नव्हती, फक्त माया होती.

"बाबा..."

राकेशचा आवाज तुटला. दोघे काही क्षण काहीच बोलू शकले नाहीत. गंगा शांतपणे वाहत होती.

जणू तीही या क्षणाची साक्षीदार होती. शेवटी रमाकांत बोलले.

"मला माफ कर."

राकेश स्तब्ध झाला. कारण आयुष्यात पहिल्यांदाच त्याने आपल्या वडिलांना असं बोलताना ऐकलं होतं.

"बाबा..."

"नाही."

रमाकांतांनी हात वर केला.

"आज मला बोलू दे."

त्यांच्या डोळ्यांतून अश्रू वाहत होते. "मी आयुष्यभर स्वतःला चांगला बाप समजत राहिलो पण मी तुला समजू शकलो नाही."

"तुझ्या वेदना पाहू शकलो नाही."

"तू किती एकटा होतास...हे मला कधी कळलंच नाही."

प्रत्येक शब्दासोबत त्यांचा आवाज तुटत होता. राकेश शांतपणे ऐकत होता.

त्याच्या डोळ्यांतही अश्रू होते.

"तुला आठवतं?"

रमाकांत हलकंसं हसले. "तू लहानपणी चित्रकलेत बक्षीस जिंकलं होतंस."

राकेश दचकला.

"तुम्हाला आठवतं?"

"सगळं आठवतं."

"पहिला पगारही."

"बँकेची नोकरीही."

"तुझं प्रत्येक यश आठवतं."

राकेशच्या डोळ्यांत आश्चर्य उमटलं. कारण त्याला वाटत होतं...कुणालाच आठवत नाही. रमाकांत पुढे म्हणाले, "मी व्यक्त करू शकलो नाही."

"पण..."

ते काही क्षण थांबले.

त्यांच्या डोळ्यांतून अश्रू ओघळत होते आणि मग... कित्येक वर्षांपासून अडकलेले शब्द बाहेर आले. "मला तुझा अभिमान आहे, राकेश."

क्षणभर जग थांबल्यासारखं वाटलं. राकेशच्या छातीत काहीतरी तुटलं आणि त्याच क्षणी... काहीतरी भरूनही निघालं. लहानपणापासून ज्याची वाट पाहिली. कित्येक रात्री ज्यासाठी रडला. डायरीच्या शेकडो पानांवर ज्याचा उल्लेख केला. ते शब्द अखेर त्याला मिळाले होते. "मला तुझा अभिमान आहे."

राकेश रडू लागला.

मनसोक्त.

अनेक वर्षांचं दुःख वाहून जात होतं. तो लहान मुलासारखा रमाकांतांच्या गळ्यात पडला आणि पहिल्यांदाच...रमाकांतांनी त्याला घट्ट मिठी मारली. त्या मिठीत वर्षानुवर्षांचं अंतर विरघळून गेलं.

गैरसमज विरघळले.

राग विरघळला.

फक्त प्रेम उरलं.

गंगेच्या काठी बसलेले काही लोक त्या दृश्याकडे पाहत होते. पण त्या क्षणी जगात फक्त दोनच माणसं होती. एक पिता आणि एक मुलगा ज्यांनी अखेर एकमेकांना शोधलं होतं. काही वेळाने दोघे घाटाच्या पायऱ्यांवर बसले. समोर गंगा वाहत होती. रमाकांत हसत म्हणाले, "घरी चल."

राकेशने गंगेकडे पाहिलं, मग आकाशाकडे. मग आपल्या वडिलांकडे आणि अनेक वर्षांनी...त्याच्या चेहऱ्यावर मनापासूनचं हसू उमटलं. "हो बाबा, घरी जाऊया."

गंगेच्या पाण्यावर सूर्यकिरण चमकत होते आणि त्या प्रकाशात...एका हरवलेल्या मुलाचा प्रवास संपत होता आणि एका नव्या आयुष्याची सुरुवात होत होती.

****

प्रकरण १२

नागपूरकडे जाणारी रेल्वे हळूहळू पुढे सरकत होती. खिडकीतून बाहेर पाहताना राकेशच्या मनात असंख्य भावना उसळत होत्या. वाराणसी मागे राहिली होती.

गंगेचा किनारा मागे राहिला होता. पण तिथे त्याने जे मिळवलं होतं...ते आयुष्यभर त्याच्यासोबत राहणार होतं. समोरच्या सीटवर रमाकांत बसले होते. कित्येक वर्षांनी दोघांमध्ये शांततेची भिंत नव्हती. मधूनमधून ते बोलत होते, हसत होते, आठवणी काढत होते.

"तुला आठवतं?"

रमाकांत हसत म्हणाले.

"काय?"

"लहानपणी तू भिंतीवर रंगवायचास."

राकेश हसू लागला.

"आणि तुम्ही रागवायचात."

"नाही."

"खोटं."

दोघेही हसले.

त्या हसण्यात हरवलेली वर्षं भरून निघत होती. दुसऱ्या दिवशी सकाळी रेल्वे नागपूरला पोहोचली. प्लॅटफॉर्मवर उतरतानाच राकेशच्या छातीत धडधड वाढली. कारण त्याला माहित होतं...सगळ्यात कठीण भेट अजून बाकी होती. स्टेशनच्या बाहेर संपूर्ण कुटुंब उभं होतं.

सुमन.

सविता.

पिंकी.

मेघा.

अर्णव.

राकेश काही क्षण थांबला.

त्याचे पाय जड झाले. सगळ्यात आधी सुमन धावत आली.

"राकेश!"

तिने त्याला घट्ट मिठी मारली. इतकी घट्ट...जणू पुन्हा कधी सोडायचंच नाही.

"माफ कर"

ती रडत होती.

"मला माफ कर."

राकेशच्या डोळ्यांतही पाणी आलं.

"आई..."

"सॉरी."

"तुझी काही चूक नाही."

"आहे."

सुमन पुन्हा रडू लागली. "मी तुला समजू शकले नाही." राकेशने तिच्या डोक्यावर हात ठेवला. "आता सगळं संपलं." दोघे बराच वेळ तसंच उभे राहिले. मग त्याची नजर सवितावर गेली. ती थोड्या अंतरावर उभी होती.

तिच्या डोळ्यांत अश्रू होते. काही क्षण दोघे एकमेकांकडे पाहत राहिले. मग राकेश हळूहळू तिच्याजवळ गेला. "सविता..."

ती काही बोलली नाही. फक्त त्याच्या छातीत डोकं ठेवून रडू लागली.

"वेडा आहेस का?" तिचा आवाज तुटत होता.

"तुला कल्पना आहे आम्ही काय सहन केलं?"

राकेश गप्प राहिला.

कारण तिचं दुःख खरं होतं.

"सॉरी."

फक्त एवढंच.

सविताने डोळे पुसले.

"पुन्हा असं करशील?"

राकेशने मान हलवली.

"नाही."

"वचन?"

"वचन."

तेवढ्यात एक छोटासा आवाज आला.

"बाबा?"

पिंकी.

ती काही पावलं मागे उभी होती. तिच्या डोळ्यांत भीती आणि आनंद दोन्ही होते. राकेश खाली बसला.

"ये."

क्षणात ती धावत आली आणि त्याच्या गळ्यात पडली. “तू का गेला होतास?" हा प्रश्न ऐकून त्याच्या डोळ्यांत पाणी आलं.

"चूक झाली माझी."

"खूप मोठी."

पिंकीने त्याचा चेहरा हातात घेतला.

"मग पुन्हा जाऊ नको."

राकेश हसला.

अश्रूंमधून.

"कधीच नाही."

त्या क्षणी त्याला जाणवलं...ही मुलगी त्याचं जग आहे. काही वेळाने अर्णव त्याच्याकडे आला. सगळे हसू लागले. "मग माझ्यासाठी काय आणलं?" क्षणात वातावरण हलकं झालं. हशा पसरला.

घरी परतल्यावर राकेश आपल्या जुन्या खोलीत गेला. सगळं तसंच होतं.

टेबल.

पुस्तकं.

खिडकी.

फक्त एक गोष्ट बदलली होती

तो स्वतः.

टेबलावर त्याची जुनी डायरी ठेवली होती. त्याने ती उघडली. पहिल्या पानावर लिहिलेलं होतं-

"मला तुझ्यावर अभिमान आहे."

हे वाक्य एक दिवस ऐकायचं आहे. राकेश बराच वेळ त्या वाक्याकडे पाहत राहिला. मग त्याने पेन उचललं.

आणि खाली लिहिलं-

"आज ते वाक्य ऐकलं. पण त्याहून मोठी गोष्ट समजली. प्रेम नेहमी शब्दांत व्यक्त होत नाही. कधी कधी ते वर्षानुवर्षे शांतपणे जगलं जातं."

त्याने डायरी बंद केली. खिडकीतून बाहेर पाहिलं. संध्याकाळचा सूर्य मावळत होता आणि अनेक वर्षांनी...त्याला घर खरोखर घरासारखं वाटत होतं. पण अजून एक प्रवास बाकी होता. स्वतःला पूर्णपणे माफ करण्याचा आणि इतरांनाही.

माणसाला दुसऱ्यांना माफ करणं अवघड असतं. पण त्याहूनही कठीण असतं...स्वतःला माफ करणं. वाराणसीहून परत आल्याला तीन महिने झाले होते. राकेशचं आयुष्य हळूहळू पूर्वपदावर येत होतं. तो पुन्हा बँकेत

जाऊ लागला. सवितासोबत वेळ घालवू लागला, पिंकीसोबत खेळू लागला. पण आत कुठेतरी अजून एक लढाई सुरू होती. रात्री झोपण्यापूर्वी तो अनेकदा भूतकाळात हरवून जायचा.

लहानपण.

आई.

बाबा.

नेहा.

अपयश.

एकटेपणा.

एक दिवस डायरी लिहिताना त्याला अचानक जाणवलं, तो अजूनही काही लोकांवर रागावलेला आहे.

रमाकांतांवर.

सुमनवर.

नेहावर.

नशिबावर.

आणि सर्वात जास्त...

स्वतःवर.

त्या रात्री त्याने डायरीत एक नवीन पान उघडलं. वर मोठ्या अक्षरात लिहिलं-

"ज्यांना मला माफ करायचं आहे"

पहिलं नाव.

बाबा.

तो बराच वेळ रिकाम्या पानाकडे पाहत राहिला. मग लिहायला सुरुवात केली.

बाबा,

तुम्ही मला कधी दुखवायचं ठरवलं नव्हतं. तुम्ही फक्त तुमच्या पद्धतीने प्रेम केलं आणि मी ते समजू शकलो नाही. आज मी तुम्हाला माफ करतो.
हे शब्द लिहिताच त्याच्या मनावरील एक मोठं ओझं हलकं झालं.

दुसरं नाव **"आई"**
आई,
तू मला कधी कमी प्रेम केलं नाहीस. फक्त तू अनेक जबाबदाऱ्यांमध्ये अडकली होतीस. मी तुला माफ करतो.
त्याच्या डोळ्यांत पाणी आलं.

तिसरं नाव.

नेहा.

तो काही क्षण हसला. किती वर्षं झाली होती, तरीही ती आठवण जिवंत होती.

नेहा,
तू मला नकार दिलास. पण तू चुकीची नव्हतीस. प्रेम मागून मिळत नाही आणि आज मी तुला माफ करतो.
पानावर अश्रूंचे दोन थेंब पडले.

मग तो थांबला.

बराच वेळ.

कारण पुढचं नाव लिहिणं सर्वात कठीण होतं.

हळूहळू त्याने लिहिलं—

सविता,

मी तुझा आणि पिंकीचा गुन्हेगार आहे. हे सत्य मी नाकारू शकत नाही. माझ्या निर्णयांमुळे, माझ्या चुकांमुळे आणि माझ्या कमकुवतपणामुळे तुम्हा दोघींना जे दुःख सहन करावं लागलं, त्याची जाणीव मला प्रत्येक क्षणी होते.
मी घर सोडलं तेव्हा फक्त स्वतःच्या वेदनांमध्ये अडकलो होतो. पण आज मागे वळून पाहताना मला समजतं की माझ्या जाण्याने सर्वात मोठी जखम तुम्हा दोघींना झाली. तुमच्या डोळ्यांतील अश्रू, तुमची

भीती आणि तुमचा एकटेपणा यासाठी मी स्वतःला कधीच पूर्णपणे माफ करू शकणार नाही.
मी तुझ्याकडे कोणतंही समर्थन मागत नाही. माझ्या चुका योग्य ठरवण्याचाही प्रयत्न करत नाही. मी फक्त एवढंच सांगू इच्छितो की माझ्या मनात पश्चात्ताप आहे—खरा आणि मनापासूनचा पश्चात्ताप.
आज माझ्याकडे प्रत्येक प्रश्नाचं उत्तर नाही. कदाचित मी अजूनही स्वतःला शोधतो आहे. पण एक गोष्ट नक्की आहे—मी तुमच्यावर प्रेम करतो. तुझ्यावर आणि पिंकीवर. आणि त्या प्रेमाची जाणीव मला माझ्या आयुष्यातील सर्वात कठीण दिवसांत झाली.
तुझं मन खूप मोठं आहे, हे मला नेहमीच माहित होतं. म्हणूनच एक दिवस तू मला माफ करशील, अशी आशा माझ्या मनात आहे. पण ती अपेक्षा नाही. तो अधिकार पूर्णपणे तुझा आहे. तू मला माफ केलंस तर मी कृतज्ञ राहीन. नाही केलंस तरी तुझा निर्णय मी मान्य करीन.
कारण आज मला समजलं आहे की प्रेम म्हणजे फक्त सोबत राहणं नसतं, तर दुसऱ्याच्या वेदनेचा आदर करणंही असतं.
..तुझा,
राकेश
//

आणि मग शेवटचं नाव उरलं होतं — राकेश.

राकेश

त्याचा हात थरथरत होता.

राकेश,

तू आयुष्यभर स्वतःचा सर्वात मोठा शत्रू होतास. तू स्वतःला दोष दिलास, स्वतःला कमी समजलास, स्वतःवर प्रेम केलं नाहीस. पण तू चुकीचा नव्हतास. तू फक्त जखमी होतास आणि आज... मी तुला माफ करतो.

हे लिहून झाल्यावर तो बराच वेळ रडत राहिला.

मनमोकळं.

निर्भयपणे.

कारण अनेक वर्षांनी त्याने स्वतःला स्वीकारलं होतं. काही दिवसांनी तो जुन्या कॉलेजसमोरून जात होता. गाडी सिग्नलला थांबली. समोर तीच इमारत दिसली.

तीच बाग.

तेच प्रवेशद्वार.

त्याला नेहा आठवली.

तो पहिला नकार.

ते तुटलेलं हृदय.

पण आश्चर्य म्हणजे...

आता वेदना नव्हती.

फक्त एक हसू होतं. कारण त्याला समजलं होतं, प्रत्येक नकार आपल्याला तोडण्यासाठी नसतो. काही नकार आपल्याला घडवण्यासाठी असतात.

त्या संध्याकाळी तो घरी परतला. पिंकी अभ्यास करत होती, सविता स्वयंपाक करत होती.

"बाबा."

पिंकीने विचारलं.

"हं?"

"तू आनंदी आहेस का?"

राकेश थबकला. कारण आयुष्यात पहिल्यांदाच कुणीतरी हा प्रश्न विचारला होता. तो काही क्षण विचारात पडला.

मग हसला.

"हो."

"खरंच?"

"हो."

"किती?"

राकेश हसला.

तिला जवळ घेतलं.

"खूप."

त्या रात्री तो बाल्कनीत उभा होता. आकाशात असंख्य तारे चमकत होते. त्याला जाणवलं आयुष्य बदललेलं नाही. अजूनही समस्या आहेत, चौकशी आहे, जबाबदाऱ्या आहेत, संघर्ष आहे. पण एक गोष्ट बदलली आहे.

तो स्वतः.

आणि कधी कधी... तेच पुरेसं असतं. त्या रात्री डायरीत त्याने शेवटची ओळ लिहिली..

"माफी म्हणजे भूतकाळ विसरणं नाही. माफी म्हणजे भूतकाळाला आपल्यावरचं नियंत्रण गमावू देणं."

त्याने डायरी बंद केली, आणि अनेक वर्षांनी...त्याच्या मनात पूर्ण शांतता उतरली.

****

प्रकरण १३

आयुष्यात काही लढाया अशा असतात...ज्यात विजय मिळण्यापूर्वी माणूस अनेकदा पराभूत झाल्यासारखा वाटतो. राकेशसाठी बँकेची चौकशी अशीच एक लढाई होती. वाराणसीहून परत आल्याला सहा महिने झाले होते. आता तो मानसिकदृष्ट्या खूप मजबूत झाला होता पण चौकशीचं ओझं अजूनही त्याच्या डोक्यावर होतं. दर महिन्याला नवे कागद, नव्या चौकशा, नवी स्पष्टीकरणं. कधी कधी त्याला वाटायचं ही प्रक्रिया कधीच संपणार नाही.

पण आता एक फरक होता. पूर्वीसारखा तो एकटा नव्हता. सविता त्याच्या पाठीशी उभी होती. पिंकी त्याच्या चेहऱ्यावर हसू आणत होती. संकेत आणि प्रकाश सतत संपर्कात होते आणि रमाकांत...रमाकांत आता बदलले होते.

खूप बदलले होते. एक दिवस सकाळी चहा घेताना त्यांनी विचारलं, कागदपत्रांची तयारी झाली का?"

"हो."

"काळजी करू नको."

राकेश हसला. कारण हे तेच बाबा होते...जे पूर्वी फक्त सूचना द्यायचे. आता ते आधार देत होते. त्या दिवशी चौकशी समितीसमोर अंतिम सुनावणी होती.

मोठी इमारत.

गंभीर वातावरण.

टेबलावर फाईलींचे ढीग.

राकेश शांतपणे बसला होता. त्याच्या हातात एक फाईल होती. त्यात त्याने अनेक वर्षांत केलेल्या प्रत्येक कामाची नोंद होती.

प्रत्येक पडताळणी.

प्रत्येक शेरा.

प्रत्येक कागद.

चौकशी अधिकारी प्रश्न विचारत होते. राकेश उत्तर देत होता आणि पहिल्यांदाच...त्याच्या आवाजात भीती नव्हती. कारण त्याला स्वतःवर विश्वास होता. दोन तास सुनावणी चालली. मग त्याला बाहेर थांबायला सांगण्यात आलं. कॉरिडॉरमध्ये बसून तो खिडकीबाहेर पाहत होता. त्याला अचानक वाराणसी आठवली, गंगा आठवली. त्या साधूंचे शब्द आठवले.

"स्वतःसमोर उभं राहावं लागतं."

तो हलकंसं हसला. अर्ध्या तासाने दार उघडलं, एक अधिकारी बाहेर आले.

"श्री. राकेश देशमुख?"

तो उठला.

"हो."

"आत या."

त्याच्या छातीत धडधड वाढली.

तो आत गेला. सगळे अधिकारी बसले होते. मुख्य अधिकारी फाईल बंद करत म्हणाले, "संपूर्ण चौकशी पूर्ण झाली आहे."

क्षणभर शांतता.

"आणि उपलब्ध पुराव्यानुसार..."

राकेशचा श्वास अडकला.

"...आपल्याविरुद्ध कोणतीही फसवणूक किंवा निष्काळजीपणाची जबाबदारी सिद्ध झालेली नाही." क्षणभर त्याला काहीच ऐकू आलं नाही.

"काय?"

अधिकारी हलकंसं हसले, "आपण पूर्णपणे निर्दोष आहात."

ते शब्द ऐकताच त्याच्या डोळ्यांत पाणी आलं.

वर्षांची भीती.

वर्षांचा ताण.

वर्षांचं दुःख.

क्षणात वाहून गेलं.

"धन्यवाद."

तो एवढंच बोलू शकला. बाहेर पडल्यावर त्याने सर्वांत पहिला फोन सविताला केला.

"हॅलो?"

"सविता."

"हो?"

त्याचा आवाज थरथरत होता.

"संपलं."

क्षणभर शांतता.

"म्हणजे?"

"मी निर्दोष आहे."

दुसऱ्या टोकाला रडण्याचा आवाज आला.

"मला माहिती होतं."

ती रडत होती.

"मला माहिती होतं."

घरी पोहोचल्यावर सगळे त्याची वाट पाहत होते.

सुमन.

रमाकांत.

संकेत.

प्रकाश.

सविता.

पिंकी.

तो घरात शिरताच सगळ्यांच्या नजरा त्याच्याकडे वळल्या. राकेशने हसून मान हलवली. "मी निर्दोष आहे."

क्षणात घरात आनंदाचा स्फोट झाला. सुमन रडू लागली, पिंकी उड्या मारू लागली, प्रकाशने त्याला मिठी मारली, संकेत हसत होता आणि रमाकांत...ते शांतपणे उभे होते. मग ते पुढे आले. त्यांनी राकेशच्या खांद्यावर हात ठेवला.

"माहित होतं."

"मला माहिती होतं."

राकेशच्या डोळ्यांत पाणी आलं. कारण यावेळी त्या शब्दांमध्ये शंका नव्हती.

पूर्ण विश्वास होता. त्या रात्री सगळे एकत्र जेवत होते, हसत होते, गप्पा मारत होते आणि अनेक वर्षांनी...राकेशला स्वतःचं आयुष्य सुंदर वाटत होतं.

जेवणानंतर तो बाल्कनीत गेला. आकाशात पूर्ण चंद्र होता. त्याने डोळे मिटले आणि मनातल्या मनात म्हटलं-

"धन्यवाद."

कुणाला?

गंगेला?

नशिबाला?

कुटुंबाला?

कदाचित स्वतःलाच. कारण शेवटी त्याने हार मानली नव्हती आणि कधी कधी...सत्याचा विजय म्हणजे फक्त निर्दोष सिद्ध होणं नसतं. सत्याचा विजय म्हणजे...स्वतःवर पुन्हा विश्वास ठेवायला शिकणं असतं.

****

प्रकरण १४

पाच वर्षांनंतर...

देशमुख कुटुंबाच्या घरात पुन्हा एकदा आनंदाचं वातावरण होतं. पण यावेळी कारण वेगळं होतं. रमाकांत देशमुख आज निवृत्त होत होते. चाळीस वर्षांची नोकरी, असंख्य संघर्ष, असंख्य जबाबदाऱ्या आणि आता...विश्रांती.

घरात छोटासा कार्यक्रम आयोजित केला होता.

जवळचे मित्र.

नातेवाईक.

कुटुंब

सगळे जमले होते. सुमनच्या चेहऱ्यावर समाधान होतं. संकेत आणि मेघा आले होते. अर्णव आता दहा वर्षांचा झाला होता. प्रकाशही आपल्या कुटुंबासह आला होता आणि राकेश...तो आज वेगळाच दिसत होता. केसांत थोडासा पांढरेपणा आला होता. पण चेहऱ्यावर शांतता होती, आत्मविश्वास होता. सविता त्याच्या शेजारी उभी होती. पिंकी आता कॉलेजमध्ये शिकत होती. कार्यक्रम सुरू झाला, काही भाषणं झाली. आठवणी सांगितल्या गेल्या. शेवटी रमाकांत उभे राहिले. सगळे शांत झाले.

त्यांनी हळूहळू बोलायला सुरुवात केली. "आज माझ्या आयुष्यातला मोठा दिवस आहे."

"मी खूप काही मिळवलं."

"घर मिळालं."

"नोकरी मिळाली."

"सन्मान मिळाला."

"पण माझी सर्वात मोठी कमाई..."

ते थांबले.

त्यांची नजर तीन मुलांवर गेली.

"माझी मुलं आहेत."

सगळे हसले. रमाकांत पुढे म्हणाले, "पूर्वी मला वाटायचं वारसदार म्हणजे..."

"जमीन घेणारा."

"घर घेणारा."

"संपत्ती घेणारा."

"पण आज मला कळलं आहे..."

"वारसदार म्हणजे मूल्यांचा पुढचा वाहक."

घरात पूर्ण शांतता होती. त्यांनी राकेशकडे पाहिलं. "हे मला माझ्या मोठ्या मुलाने शिकवलं." राकेश दचकला.

रमाकांतांच्या डोळ्यांत अभिमान होता. "यशस्वी होणं सोपं असतं."

"पण तुटूनही पुन्हा उभं राहणं कठीण असतं." "आणि ते राकेशने केलं."

राकेशच्या डोळ्यांत अश्रू आले. कारण आज...त्याला शब्दांपेक्षा मोठं काहीतरी मिळत होतं “**स्वीकार.**”

कार्यक्रम संपल्यानंतर सगळे गप्पा मारत बसले होते. तेवढ्यात पिंकी त्याच्याजवळ आली.

"बाबा."

"हं?"

"मला एक प्रश्न विचारायचा आहे."

"विचार."

"तू कधी दुःखी होत नाहीस का आता?"

राकेश हसला.

"होतो."

"मग?"

"मग मी त्यापासून पळत नाही."

पिंकी काही क्षण विचार करू लागली.

"म्हणजे?"

राकेशने तिच्या डोक्यावर हात ठेवला.

"दुःख शत्रू नसतं."

"ते शिक्षक असतं."

पिंकी हसली.

"तू नेहमी तत्त्वज्ञानच सांगतोस." दोघेही हसू लागले.

त्या रात्री कार्यक्रम संपल्यानंतर सगळे निघून गेले. घर शांत झालं. आकाशात चंद्र चमकत होता. राकेश बाल्कनीत उभा होता. त्याच्या हातात ती जुनी डायरी होती. तीच डायरी...ज्यात त्याने आयुष्यभराचं दुःख लिहिलं होतं. त्याने शेवटचं पान उघडलं. बराच वेळ रिकाम्या पानाकडे पाहत राहिला. मग लिहायला सुरुवात केली.

"प्रिय डायरी,
आज मला कळलं की मी आयुष्यभर चुकीचा प्रश्न विचारत होतो. मी सतत विचारत राहिलो 'माझ्यावर प्रेम कोण करेल?' पण खरी गोष्ट अशी होती...
माझ्यावर प्रेम करणारे लोक माझ्याभोवती आधीपासूनच होते. फक्त मी माझ्या जखमांमुळे त्यांना पाहू शकलो नाही. आज माझ्याकडे परिपूर्ण आयुष्य नाही. पण माझ्याकडे प्रेम आहे. माफी आहे आणि शांतता आहे. ते पुरेसं आहे."

त्याने पेन खाली ठेवलं. डायरी बंद केली आणि अनेक वर्षांनी...त्याला वाटलं कथा पूर्ण झाली आहे. तेवढ्यात पिंकीचा आवाज आला.

"बाबा!"

"हं?"

"झोपायला येतोयस ना?"

राकेश हसला.

"हो."

तो उठला. डायरी टेबलावर ठेवली आणि घरात गेला. टेबलावर पडलेल्या डायरीच्या मुखपृष्ठावर चंद्रप्रकाश पडला होता. त्यावर एक शब्द लिहिला होता.

"काही जखमा कधीच पूर्ण भरत नाहीत. पण त्या जखमांसोबतही सुंदर आयुष्य जगता येतं. आणि कधी कधी, तुटलेले लोकच सर्वात जास्त प्रकाश देतात."

— समाप्त —

"तुम्ही कधी कुणावर प्रेम केलंय?"
असं प्रेम... जे कधी पूर्णत्वाला आलंच नाही.
अर्धवट राहिलं... आणि कदाचित आयुष्यभर अर्धवटच राहणार.
क्षितिजासारखं....
दूर... अथांग... नजरेच्या टप्प्यापलीकडे पसरलेलं.
जणू सगळं काही त्यात सामावलेलं, पण तरीही त्याला स्पर्श करणं कधीच शक्य नसलेलं.
प्रेमात कधी कधी एक प्रश्न मनाला सतावत राहतो
"कुणी आपला वापर तर करून घेत नाही ना?"
कदाचित घेत असेलही...
कदाचित हे नातं फक्त एकतर्फी असेल...
कदाचित समोरच्याच्या मनात आपल्यासाठी काहीच नसेल.
पण तरीही...
डोळे मिटले की त्याचाच किंवा तिचाच चेहरा आठवतो.
एखादं गाणं ऐकलं की त्याची आठवण येते.
एकटेपणात मन नकळत त्याच्याशी बोलत राहतं आणि हजारदा ठरवलं तरी मन त्याच्यापासून दूर जात नाही.
मग यालाच प्रेम म्हणायचं नाही तर आणखी कशाला?

"*क्षितिज*" ही अशीच एक कथा आहे..

माधव आणि प्रियाची.

दोन माणसं...

एक नातं...

असं प्रेम जे जवळ येऊनही कधीच पूर्ण होऊ शकलं नाही.

कदाचित त्यांचं प्रेम समुद्र आणि क्षितिजासारखं होतं नेहमी एकमेकांसमोर, नेहमी एकमेकांच्या जवळ असल्याचा भास देणारं, पण प्रत्यक्षात...

कधीच एकमेकांना स्पर्श न करणारं.

माधव आणि प्रियाची ही कथा "*क्षितिज*"

लवकरच...

क्षितिज
अनिरुद्ध नंदकुमार भणंग

www.ingramcontent.com/pod-product-compliance
Lightning Source LLC
LaVergne TN
LVHW100259210926
848480LV00003B/971
9798905608872